మహారాణా ప్రతాప్ పేరును ఎవరైనా పిలుస్తున్నప్పుడు, మొఘల్ సామ్రాజ్యాన్ని సవాలు చేసిన ఒక సాహసోపేత యోధుని స్వరూపం, ధైర్యసాహసాలతో కూడిన ముఖం, ఒకరి స్మృతికి వస్తుంది. అత్యంత ప్రతికూల పరిస్థితుల్లో ఆయన స్వాతంత్ర్యం కోసం పోరాడిన తీరు సామాన్యులు కూడా ఊహించలేరు. మేవార్ రాజు అయినప్పటికీ, అతని జీవితంలో ఎక్కువ భాగం అడవులు మరియు పర్వతాలలో గడిపాడు. అతని అసమానమైన సంకల్ప శక్తి మరియు సాటిలేని యుద్ధ నైపుణ్యాలు చివరికి అతన్ని మేవార్ని విడిపించేలా చేశాయి. భౌతిక సుఖాలను, సుఖాలను త్యజించాడు. దేశభక్తి, శౌర్యం మరియు త్యాగాల చరిత్రలో కొన్ని సారూప్యతలు లేని తన మాతృభూమి స్వాతంత్ర్యం కోసం అతను ఎడతెగని యుద్ధాలు చేశాడు. మేము ఇక్కడ మహారాణా ప్రతాప్ యొక్క సంక్షిప్త జీవిత చరిత్రను సరళమైన మరియు స్పష్టమైన భాషలో అందిస్తున్నాము.

మహారాణా ప్రతాప్

డా. భావన్ సింగ్ రాణా

డైమండ్ బుక్స్

WWW.diamondbook.in

© ప్రచురణకర్త

ప్రచురణకర్త : డైమండ్ పాకెట్ బుక్స్ (P) Ltd. X-30

ఓఖ్లా ఇండస్ట్రియల్ ఏరియా ఫేజ్-II

న్యూఢిల్లీ-110020

ఫోన్ : 011-40712200

ఈ-మెయిల్ : sales@dpb.in

వెబ్సైట్ : www.diamondbook.in

వెబ్సైట్ : రెప్రో (భారతదేశం)

మహారాణా ప్రతాప్

డా. భవన్ సింగ్ రానా ద్వారా

ముందుమాట

దేశభక్తి, త్యాగం మరియు పోరాటానికి చిహ్నం, మహారాణా ప్రతాప్ గౌరవాన్ని ఆజ్ఞాపించాడు మరియు భారతీయులు అతని పనులను గుర్తు చేసుకుంటూ గర్వపడతారు. అతను సాటిలేని యోధుడు. అతను చాలా ప్రతికూల పరిస్థితుల్లో కూడా స్వాతంత్ర్యం కోసం పోరాడాడు, ఇది సాధారణ ప్రజలు అర్థం చేసుకోలేరు. మేవార్ రాజు అయినప్పటికీ, అతని జీవితంలో ఎక్కువ భాగం అడవులు మరియు పర్వతాలలో గడిపాడు. తన అత్యున్నత సంకల్ప శక్తి మరియు సాటిలేని యుద్ధ నైపుణ్యాలతో, అతను చివరికి మేవార్‌ను విడిపించగలిగాడు.

భౌతిక ఆనందం మరియు లాభాలను త్యాగం చేస్తూ, అతను తన మాతృభూమి స్వాతంత్ర్యం కోసం నిరంతరం పోరాడాడు. చరిత్ర చరిత్రలో అదొక సువర్ణాధ్యాయం. ఆయన లాంటి వ్యక్తిత్వాలు అన్ని కులాలు మరియు మతాల ప్రజలకు స్ఫూర్తినిస్తాయి. నేడు జాతీయ స్పృహ తగ్గుతోందని అనిపిస్తున్నప్పుడు మహారాణా ప్రతాప్ పాత్ర ఆదర్శం. స్వాతంత్ర్య ప్రేమికులకు ఆయన గౌరవానికి, ఆరాధనకు ప్రతీకగా మారడానికి ఇదే కారణం.

ఇక్కడ మహారాణా ప్రతాప్ యొక్క సంక్షిప్త జీవిత చరిత్ర సరళమైన మరియు సులభమైన భాషలో అందించబడింది. ఈ పుస్తకాన్ని సంకలనం చేయడానికి, డాక్టర్ వంటి చరిత్రకారులు మరియు పండితుల పుస్తకాల నుండి సహాయం తీసుకోబడింది. గౌరీ శంకర్ హీరాచంద్ ఓజా, మహామహోపాధ్యాయ కవిరాజ్ శ్యామలదాస్ (వీర్ వినోద్), డా. గోపీనాథ్ శర్మ, డా. ఆశీర్వాదిలాల్, మహాపండిట్ రాహుల్ సంస్కృత్యాయన్, కల్నల్ టాడ్, డా. రామ్ ప్రసాద్ త్రిపాఠి, శ్రీ రాజేంద్ర బీరా, శ్రీ రాజేంద్ర శంకర్ భట్ తదితరులు వారందరికీ నా కృతజ్ఞతలు తెలియజేస్తున్నాను.

డా. భావన్ సింగ్ రాణా

ఇండెక్స్

నాల్గవ అధ్యాయం

ఐదవ అధ్యాయం

- మహారాణా అరిసింగ్, మూడవది
- మహారాణా హమీర్సింగ్, రెండవది
- మహారాణా భీంసింగ్, రెండవది
- మహారాణా జవాన్సింగ్
- మహారాణా సర్దార్సింగ్
- మహారాణా స్వరూప్సింగ్
- మహారాణా శంభుసింగ్

మొదటి అధ్యాయం

మేవార్ మరియు దాని రాయల్

రాజవంశం

భారతదేశ చరిత్రలో రాజపుత్ర వంశానికి మహిమాన్వితమైన స్థానం ఉంది. వీర రాజ్‌పుత్ యోధులు తమ దేశాన్ని, కులాన్ని, స్వాతంత్ర్యాన్ని కాపాడుకోవడం కోసం తమ ప్రాణాలను త్యాగం చేయడానికి ఎప్పుడూ వెనుకాడరు. వారి త్యాగాలకు యావత్ భారతదేశం గర్విస్తోంది. వీర యోధుల ఈ దేశంలో, అనేక చిన్న మరియు పెద్ద రాజపుత్ర రాష్ట్రాలు ఉన్నాయి, ఇవి భారతదేశ చరిత్రలో అనేక అద్భుతమైన అధ్యాయాలను లిఖించాయి. ఈ రాష్ట్రాలలో, మేవార్ భారతదేశ చరిత్రలో ఒక ప్రత్యేక స్థానాన్ని కలిగి ఉంది. వప్పా రావల్, ఖుమర్ మహారాజా హమీర్ మొదటి, మహారాణా కుంభ, మహారాణా సంఘ, మరియు ఈ ప్రస్తుత పుస్తకం యొక్క కథానాయకుడు, ధైర్యవంతులలో ధైర్యవంతుడు, మహారాణా ప్రతాప్ ఈ భూమిలో జన్మించారు

మేవార్ యొక్క భౌగోళిక స్థానం

రాష్ట్రం ఏర్పడినప్పటి నుండి మేవార్ చరిత్ర అత్యంత వైభవంగా ఉంది. మధ్యయుగ యుగంలో, మేవార్ పాలకులు మరియు దాని పౌరులు తమ స్వాతంత్ర్యం కోసం మొఘల్ సుల్తానులకు వ్యతిరేకంగా చేసిన పోరాటం చరిత్ర చరిత్రలో అసమానమైనది. ఇక్కడ ధైర్యం, త్యాగం మరియు స్వాతంత్ర్యం కోసం ప్రేమ యొక్క అద్వితీయ సంగమం గుర్తించబడింది. రాజస్థాన్‌లోని మిగిలిన ప్రాంతాల కంటే భిన్నమైన భౌగోళిక స్థానం ఈ ప్రత్యేకతకు ఒక కారణం. ఇది 23.49 నుండి 25.58 ఉత్తర అక్షాంశం మరియు 73.1 నుండి 75.49 దక్షిణ రేఖాంశంలో ఉంది. ప్రస్తుతం రాష్ట్రం భిల్వారా, చిత్తోర్ మరియు గా విభజించబడింది

ఉదయపూర్. దాని తూర్పు వైపు నీముచ్, టోంక్, కోట మరియు బూండి, దక్షిణాన దుంగార్పూర్, బన్స్వారా మరియు ప్రతాప్గ్రా ఉన్నాయి. దాని నైరుతిలో మనకు ఈశ్వర్ ఉంది, పశ్చిమంలో మీకు జోధ్పూర్ మరియు సిరోహి ఉన్నాయి. ఉత్తరాన అజ్మీర్, మార్వార్ మరియు భిల్వారాలో కొంత భాగం మరియు ఈశాన్యంలో జైపూర్ ఉన్నాయి మేవార్ను నాలుగు సహజ మండలాలుగా విభజించవచ్చు

(1) పశ్చిమ పర్వత శ్రేణి.

(2) తూర్పు పర్వత శ్రేణి.

(3) దక్షిణ పర్వత శ్రేణి.

(4) మధ్య మైదానాలు.

పశ్చిమ పర్వత శ్రేణి డైవర్లో ఉత్తరం నుండి మొదలై దక్షిణాన దేవల్ వరకు చేరుకుంటుంది. ఈ పర్వత శ్రేణిని ఆరావళి లేదా ఆరావల్ పర్వతాలు అని కూడా అంటారు. దీని ఎత్తైన శిఖరం కుంభాల్ఘర్ సమీపంలోని జర్గా అనే ప్రదేశంలో ఉంది, దీని ఎత్తు సముద్ర మట్టానికి 4315 అడుగుల ఎత్తులో ఉంది. ఈ పర్వతాలలో అనేక ఇరుకైన గుహలు ఉన్నాయి, వీటిని స్థానిక భాషలో 'నాల్' అని పిలుస్తారు. వీటిలో దేసూరి, హాతీగూడో, జీల్వారా మొదలైనవి ప్రధాన 'నాళ్లు'. బయటి నుంచి శత్రువుల ప్రవేశాన్ని నిరోధించేందుకు ఈ 'నాళ్ల' లో భద్రతా ఏర్పాట్లు ఉండేవి. స్వాతంత్ర్యం కోసం తమ ప్రాణాలను అర్పించిన వీర సైనికుల హాతీగూడోలో ఎన్నో స్మారక చిహ్నాలు ఉన్నాయి. ఈ పర్వత శ్రేణి నుండి అనేక చిన్న మరియు పెద్ద నదులు వస్తాయి, ఇవి మేవార్ మైదానాలలో వ్యవసాయానికి ఒక వరం లాంటివి. ఈ భాగంలో కూడా, భీల్స్ మరియు ఇతర గిరిజనుల చిన్న గ్రామాలు ఉన్నాయి మరియు అనేక ప్రదేశాలలో వ్యవసాయానికి అనుకూలమైన భూమి ఉంది. ఈ పర్వత శ్రేణి యొక్క దక్షిణ భాగం గోగుండ వరకు విస్తరించి ఉంది, దీనిని భోముట్ అని పిలుస్తారు. ఈ పర్వత శ్రేణి మేవార్ కు ఈ దిశ నుండి సహజ రక్షణగా ఉపయోగపడేది. మొఘల్ చక్రవర్తి అక్బర్పై

ఉదయసింగ్ మరియు మహారాణా ప్రతాప్ గెరిల్లా యుద్ధాన్ని ఇక్కడ నుంచే నిర్వహించారు

ఆరావళి యొక్క చిన్న పర్వత శ్రేణి ఈశాన్యం నుండి దేవ్లీ నుండి భిల్వారా వరకు వెళ్ళింది. మరొక పర్వత శ్రేణి దేవ్లీ నుండి మాండల్గ్రా, బిజౌలియా మరియు మెనాల్ మీదుగా చిత్తోర్ఘుడ్ వరకు వెళ్ళింది. ఈ చిన్న పర్వత శ్రేణులను అంటారు తూర్పు పీఠభూమి. ఈ భాగం యొక్క గరిష్ట ఎత్తు 2000 అడుగులు. ఈ ప్రాంతాన్ని అపర్మల్ అని కూడా అంటారు. ఇక్కడ సనాతన్ మరియు జైన శాఖలకు చెందిన అనేక పవిత్ర స్థలాలు ఉన్నాయి. పురాతన కాలంలో, ఇది సంపన్నమైన వాణిజ్య కేంద్రంగా ఉండేది

దక్షిణ పర్వత శ్రేణి ప్రాంతంలో చాపన్ మరియు మగరే జిల్లాల అడవులు మరియు పర్వతాలు ఉన్నాయి. ఈ భాగం గుజరాత్ రాష్ట్ర సరిహద్దులను తాకుతుంది. లోయలలో చిన్న చిన్న గ్రామాలు ఉన్నాయి. గుజరాత్ ఈ ప్రాంతం నుండి మాత్రమే మేవార్పై దాడి చేసింది. ఇక్కడ, అడవులు అనేక ఉపయోగకరమైన ఉత్పత్తులు మరియు ఖనిజాలను అందిస్తాయి. ఇక్కడ మహువా, సాంగ్వాన్, చింతపండు, పీపల్, సీసం, ఖజూర్, జామున్ మరియు ఇతర రకాల చెట్లు చాలా ఉన్నాయి. హల్దీఘాటి యుద్ధం తరువాత, మహారాణా ప్రతాప్ ఈ ప్రాంతంలో ఉన్న చావంద్ను తన రాజధానిగా చేసుకున్నాడు. గతంలో జావర్ నుంచి ఏడాదికి మూడు లక్షల రూపాయల వెండి ఉత్పత్తి అయ్యేదని, ఇక్కడ చాలా రాగి గనులు ఉండేవని చెబుతారు. నేడు కూడా, నిర్మాణంలో ఉపయోగించే రాళ్లు మరియు మర-రాళ్ల తయారీలో ఉపయోగించే రాయి ఇక్కడ పెద్ద పరిమాణంలో దొరుకుతున్నాయి.

చిత్తోర్, రాజ్సమంద్, భిల్వారా, ఉదయపూర్, నాథ్ద్వారా మరియు మాగ్రా జిల్లాల మధ్యలో ఉన్న ప్రాంతాన్ని సెంట్రల్ ప్లెయిన్స్ అంటారు. ఈ ప్రాంతంలో అనేక నదులు ప్రవహిస్తున్నాయి. మేవార్ చరిత్రలోని అనేక ముఖ్యమైన మత స్థలాలు ఈ ప్రాంతంలో ఉన్నాయి.

పర్వతాల నుంచి వెలువడే నదులు మధ్య మైదాన ప్రాంతంలోని వ్యవసాయానికి వరం లాంటివి. మేవార్‌కు ఉత్తరాన ఉప్పునీటి నది ఉంది, ఇది అజ్మీర్ సమీపంలోని బనాస్ నదిలో కలుస్తుంది. ఈ నది అజ్మీర్ మరియు మేవార్ మధ్య విభజన రేఖ. బనాస్ మేవార్ యొక్క అతిపెద్ద నది, ఇది కుంభాల్‌ఘర్ సమీపంలోని ప్రదేశం నుండి ఉద్భవించింది. దీని పొడవు 290 కి. కొఠారి, మెనాల్, బెరచ్ నదులను తనలో కలుపుకుని, రామేశ్వర తీరత్ (మధ్యప్రదేశ్)లోని చంబల్ నదిలో కలిసిపోతుంది. ఖమ్నోర్ సమీపంలోని ఈ నది ఒడ్డున ప్రసిద్ధ హల్దీఘాటి యుద్ధం జరిగింది. గంభీరి, బెరచ్, అహార్హ్, జకుమ్, బకల్ మొదలైనవి మేవార్ యొక్క ఇతర నదులు. జకుం మరియు బకల్ వర్షాకాలంలో మాత్రమే ప్రవహిస్తాయి. ఈ నీరు భారీగా మరియు ఆరోగ్యానికి హానికరం. విపరీతంగా ఉన్నప్పుడు ఈ నదులు విధ్వంసం సృష్టిస్తాయి, మానవ జీవితాలను మరియు ఆస్తులను నాశనం చేస్తాయి. ఈ నదులు వర్షాకాలంలో బయటి దాడుల నుండి మేవార్‌ను రక్షించాయి. రాణా కుంభ సమయంలో, మేవార్‌ను రక్షించడానికి ఈ నదులు దృఢంగా నిలవడంతో మాల్వా సుల్తాన్ చాలాసార్లు ఓటమిని ఎదుర్కోవలసి వచ్చింది.

సాధారణంగా మేవార్ వాతావరణం ఆరోగ్యంగా ఉంటుంది కానీ బయటి వారికి అనుకూలం కాదు. పర్వత ప్రాంతాల వాతావరణం మైదాన ప్రాంతాలలో అంత మంచిది కాదు. ఎండాకాలంలో బయటివారికి తట్టుకోలేనంత వేడిగా ఉంటుంది. హల్దీఘాటి యుద్ధంలో తన అనుభవాల గురించి వ్రాస్తూ, బదయుని ఇలా వ్రాశాడు, "మధ్యాహ్నం చాలా వేడిగా ఉంది, వారి తలలో రక్తం ఉడకబెట్టడం ప్రారంభించింది."

అటువంటి వాతావరణం దాడి చేసే శత్రు సైనికులను ఓడించడంలో లేదా నిరుత్సాహపరచడంలో ప్రధాన పాత్ర పోషిస్తుంది.

ఈ సహజ రక్షణ అడ్డంకులు కాకుండా, మేవార్‌లో అనేక సరస్సులు ఉన్నాయి. దీనిని 'సరస్సుల భూమి' అని కూడా అంటారు. మహారాణా జైసింగ్ మేవార్‌లోని అతిపెద్ద సరస్సు అయిన ఉదయపూర్ నుండి 51 కిలోమీటర్ల దూరంలో జై సముద్రం అనే భారీ

సరస్సును నిర్మించారు. రాజ్ సముద్రం, ఉదయసాగర్, పిచ్చోలా, ఫతేసాగర్ మరియు స్వరూపసాగర్ సరస్సులు కూడా ఈ ప్రాంతంలో ఉన్నాయి.

మేవార్ చరిత్ర రాజ్‌పుత్ రాజుల చరిత్ర అయినప్పటికీ, మేవార్‌లోని భీల్ తెగకు దాని చరిత్రలో కూడా ముఖ్యమైన స్థానం ఉంది. మేవార్ యొక్క దట్టమైన అడవులలో నివసించే ఒక ధైర్యమైన తెగ భీల్స్. వారి ప్రధాన వృత్తి వ్యవసాయం మరియు జంతువుల పెంపకం అయినప్పటికీ, వారు యుద్ధభూమిలో వారి ధైర్యాన్ని చాలా చక్కగా వివరించారు. మొఘలులకు వ్యతిరేకంగా జరిగిన యుద్ధాలలో చాలా ప్రతికూల పరిస్థితుల్లో భీలు ప్రతాప్‌కు సహాయం చేశారు. వారి ధైర్యసాహసాలు, విశ్వాసం మరియు నిస్వార్థత రాజస్థాన్ చరిత్రలో ప్రత్యేక స్థానాన్ని కలిగి ఉన్నాయి.

మేవార్‌కు చాలా పేర్లు కాలానుగుణంగా ఉపయోగించబడుతున్నాయి. విక్రమి సంవత్సరం 1000 మరియు ఇతర ప్రాచీన సాహిత్యానికి చెందిన ఆహర్వ్ శాసనాలలో, దీని పేరు 'మెడ్‌పట్'. మెడ్‌పట్ అనే పదం సాధారణంగా ఆమోదించబడిన రూపం ఇప్పుడు మేవార్‌గా మారింది. డాక్టర్ గౌరీశంకర్ హిరాచంద్ ఓజా ప్రకారం, ఈ ప్రాంతంలో మెడ్ (మెవ్ లేదా మెర్) తెగ పాలన ఉండేది. కాబట్టి ఈ ప్రాంతానికి మేవార్ అని పేరు పెట్టారు. కరణవేల్ రచనల నుండి, మేము పురాతన కాలంలో మేవార్ పేరు ప్రమ్వత్ అని కూడా తెలుసుకోండి. విక్రమి యుగానికి 300 సంవత్సరాల ముందు నాణేలు ఆ సమయంలో దాని పేరు 'శివి జనపద్' అని రుజువు చేస్తాయి. అయితే, ఈ పేరు మెడ్ పట్‌గా ఎలా మారింది? పండితులు ఈ రహస్యాన్ని వెలికితీయడంలో విఫలమయ్యారు. డా. ఓజా దీనిని మేవ్ కులానికి అనుసంధానం చేస్తూ మేవార్‌లోని ఒక భాగాన్ని మేవాల్ అని, రెండవ భాగాన్ని మేర్వార్ అని రాశారు. కానీ ఏదైనా నిర్దిష్ట కులాల కారణంగా, మేవార్ మొత్తాన్ని మేవ్ లేదా మెర్ కులాల భూమి అని పిలిస్తే, ఇది లాజికల్ గా అనిపించదు. ఈ సందర్భంలో, డాక్టర్ గోపీనాథ్ శర్మ ఇలా వ్రాశారు –

"ఈ భూమిపై మెడ్ అంటే మెవ్ లేదా మెర్ కులాల పాలన కారణంగా దీనికి మెడ్‌పట్ అని పేరు పెట్టారని డాక్టర్ ఓజాజీ చెప్పారు! ఈ వాదనకు మద్దతుగా అతను ఇలా

వ్రాశాడు, "అందుకే మేవార్‌లోని ఒక భాగాన్ని మేవాల్ అని మరియు మరొకటి అని పిలుస్తారు. భాగాన్ని మేర్వారా అంటారు. మా ప్రకారం, కేవలం ఒక నిర్దిష్ట కులం కారణంగా, మేవార్ మొత్తం మెడ్ లేదా మేవ్ కులాల భూమి అని పిలవబడదు. అంతేకాకుండా పురాతన కాలంలో ఇతర కులాల వారు కూడా ఇక్కడ ప్రభావం చూపినట్లు అందరికీ తెలిసిందే. వాస్తవానికి, ఈ పేరు మేవార్ యొక్క ధైర్య సంప్రదాయానికి అనుసంధానించబడింది. మెడ్ యొక్క అర్థం 'మ్లేచ్' (ఒక దుర్మార్గుడు) నుండి, మరియు 'పాట్' యొక్క అర్థం శత్రువును నాశనం చేయడం. మేవార్ శతాబ్దాల నుండి శత్రువులతో పోరాడుతూ వారిని నాశనం చేస్తుందని మనందరికీ తెలుసు."

వాస్తవానికి, మేదిని వలె, మెడ్‌పట్ యొక్క మూలాన్ని కూడా అర్థం చేసుకోవచ్చు. పురాణాల ప్రకారం, దేవుడు రాక్షసులను చంపాడు మరియు భూమి వారి 'మేడ' (కొవ్వు) నుండి సృష్టించబడింది. అదేవిధంగా, మెడ్‌పట్ అంటే నాశనం చేయబడిన శత్రువు యొక్క అవశేషాలతో 'పాట్' (నిండిన) ఉన్న భూమి అని అర్థం కావచ్చు.

మేవార్ రాజవంశం

క్రీస్తు పూర్వం అనేక శతాబ్దాల క్రితం మేవార్‌లో ప్రజా జీవనం ఉండేదన్న వాస్తవానికి ఆధారాలు ఉన్నాయి. ఆహార్ తవ్వకం నుండి, ఆ సమయంలో కూడా మేవార్ నదుల తీరంలో మానవ నివాసాలు ఉండేవని తెలుస్తుంది. Aaharh ఉనికిలో ఉన్న సమయంగా పరిగణించబడుతుంది క్రీస్తుకు ముందు మొదటి నుండి రెండవ శతాబ్దం వరకు ఉనికిలో ఉంది. మేవార్ చరిత్ర చాలా పురాతనమైనది అని స్పష్టంగా తెలుస్తుంది. మహారాణా ప్రతాప్ పూర్వీకులు ఆరవ శతాబ్దంలో ఈ భూమిపై తమ రాజ్యాన్ని స్థాపించారు. ఇక్కడ కొత్త రాజవంశానికి పునాదులు వేసిన ఈ రాజవంశానికి మొదటి పాలకుడు గుహాదిత్యుడు. కాబట్టి, ప్రారంభంలో, రాజవంశం పేరు గుహిల్ లేదా గుహిలోట్ రాజవంశం. ఈ రాజవంశం యొక్క శాఖలలో ఒకటి తరువాత సిసోడియా రాజవంశం అని కూడా పిలువబడింది.

గుహాదిత్యుడు బాలామి రాష్ట్రానికి చెందినవాడు. తండ్రి మరణానంతరం బాలామిని విడిచి వెళ్ళవలసి వచ్చింది. అక్కడి నుంచి పారిపోయి ఈదర మీదుగా నగ్దా

చేరుకున్నాడు. నాగ్దా నుండి అతను మేవార్‌పై దాడి చేసి మేవార్‌ను గెలుచుకున్నాడు. అప్పుడు అతను ఇక్కడ కొత్త రాజవంశాన్ని స్థాపించాడు. ఈ రాజవంశం సాంప్రదాయకంగా సూర్యవంశీ రాజా రామ్ కుమారుడు కుశ సంతానంగా భావించబడుతుంది. గుహాదిత్య తర్వాత గొప్ప రాజు కల్భోజ్ కూడా ఈ రాజవంశానికి చెందినవాడు, అతని మరొక పేరు వప్పా లేదా వప్పా రావల్. అతను అప్పటి చిత్తోర్ పాలకుడు రాజా మాన్‌సింగ్‌ను ఓడించి చిత్తోర్‌ను గెలుచుకున్నాడు. ఈ విధంగా, చిత్తోర్ కూడా మేవార్ రాష్ట్రంలో భాగమైంది. వప్పా రావల్ పాలన 734 నుండి 753 AD వరకు విస్తరించి ఉంటుందని భావిస్తున్నారు. అతను తన మాతృభూమిని విదేశీ అరబ్ దాడుల నుండి రక్షించిన అత్యున్నత ధైర్య రాజుగా పరిగణించబడ్డాడు. వప్పా రావల్ తరువాత, అతని వంశస్థుడు ఖుమర్, రెండవవాడు, అతను ప్రసిద్ధ పాలకుడు. అతని పాలన 812 నుండి 836 వరకు సుమారు 24 సంవత్సరాలు విస్తరించింది. (వాస్తవానికి ఖుమర్, అరబ్బుల నుండి దేశాన్ని రక్షించాడు, వప్పా రావల్ కాదు అని చాలా మంది చరిత్రకారులు అభిప్రాయపడ్డారు. బహుశా, అతను, గుజరాత్ మరియు కతియావాడ్ పాలకులతో కలిసి, ముల్తాన్ మరియు సింద్‌లలో అరబ్ దాడి చేసిన వారిని ఓడించి, వారిని అడ్డుకున్నాడు. ముందుకు సాగడం నుండి.)

అనేక తరాల తర్వాత ఖుమర్, రెండవవాడు, 1191లో అతని వారసుడు సుమేర్‌సింగ్ మేవార్‌కు పాలకుడు. ఈ సమయంలోనే షహబుద్దీన్ ఘోరీ భారత్‌పై దాడి చేశాడు. సుమేర్‌సింగ్ యొక్క ఎనిమిదవ వంశస్థుడు రతన్‌సింగ్, అతని భార్య పేరు పద్మిని. చిత్తోర్‌పై అల్లాదీన్ ఖిల్జీ దాడి చేసిన సమయంలో, రాణి పద్మిని జోహార్ కథ చాలా ప్రసిద్ధి చెందింది. ప్రఖ్యాత సూఫీ సన్యాసి మాలిక్ రాణి పద్మిని జీవితం నుండి ప్రేరణ పొందడం మహమ్మద్ జైసీ పద్మావత్ ఇతిహాసం రాశారు, ఇది హిందీ సాహిత్యంలో అమూల్యమైన నిధి. ఇతర చారిత్రక పుస్తకాలలో రాణి పద్మిని యొక్క ఈ "జోహార్ వ్రతం" గురించి ప్రస్తావించబడలేదు. అందువల్ల చారిత్రక దృక్కోణం నుండి, అనేక ఇతర జానపద కథల మాదిరిగానే, పద్మిని కథ కూడా నిరూపించబడలేదు మరియు జానపద కథ మాత్రమే రెండవ ఖుమర్ తర్వాత చాలా తరాల తర్వాత, ఈ రాజవంశంలో హమీర్ అనే ఒక పాలకుడు ఉన్నాడు, ఈ కాలంలో అతను మాత్రమే అసాధారణమైన పాలకుడు. అతని పాలన 1326 నుండి 1364 వరకు ఉంది. అతని పాలనకు ముందు, 1303లో, అల్లాదీన్

ఖిల్జీ మేవార్‌పై దాడి చేసి రాజధాని చిత్తోర్‌ను స్వాధీనం చేసుకుని అతని కొడుకును సుబేదార్‌గా చేశాడు. మహారాజా హమీర్ వప్పా రావల్ వలె ధైర్యవంతుడు. అతను చిత్తూరుపై విదేశీ పాలకుల పాలనను అవమానంగా మరియు చిత్తోర్ యొక్క అద్భుతమైన సంప్రదాయానికి వ్యతిరేకంగా భావించాడు. ఈ విదేశీ పాలనను చిత్తూరు నుండి తొలగించాలని కలలు కనేవాడు.

మేవార్ పాలకుడు అయిన వెంటనే, హమీర్ తన సైనిక బలాన్ని పెంచుకోవడం ప్రారంభించాడు మరియు చాలా తక్కువ సమయంలో అతను తన సైనిక బలాన్ని పెంచుకున్నాడు. తన గెలుపుపై నమ్మకంతో చిత్తోర్‌పై దాడి చేశాడు. హమీర్ ఖిల్జీ మరియు హమీర్ చిత్తోర్ మీద తన పాలనను స్థాపించిన మధ్య యుద్ధం జరిగింది. హమీర్ మహారాణా బిరుదును స్వీకరించిన మొదటి వ్యక్తి, భవిష్యత్తులో అది అతని వారసుల బిరుదుగా కూడా మారింది. దీని తర్వాతే మేవార్ రాష్ట్ర విస్తరణ జరగడం ప్రారంభమైంది. ఖిల్జీ రాజవంశానికి చెందిన యువరాజును ఓడించిన తరువాత, హమీర్ తుగ్లక్ పాలకుడితో పోరాడాడు. ఈ యుద్ధాలలో అతను విజయం సాధించాడు. ఈ యుద్ధాల ఫలితంగా, గిల్వారా, చేతఖ్యపూర్, పాలన్‌పూర్ మరియు ఈదర్ కూడా మేవార్ రాష్ట్రంలో చేర్చబడ్డాయి. తన జీవితకాలంలో, హమీర్ తన రాష్ట్ర పగ్గాలను తన పెద్ద కుమారుడు క్షేత్రసింగ్‌కు ఇచ్చాడు. క్షేత్రసింగ్ సమర్థుడైన కుమారుడు. అతను తన తండ్రి పనిని మరింత పెంచాడు మరియు అజ్మీర్, జహాజ్‌పూర్, మండల్‌గ్రా మరియు చప్పన్‌లను స్వాధీనం చేసుకుని తన రాజ్యాన్ని విస్తరించాడు. తన పరాక్రమంతో, అతను యుద్ధంలో మాల్వా అమీషా సుల్తాన్‌ను కూడా ఓడించాడు. అతని తరువాత, అతని కుమారుడు లఖా 1382లో మేవార్‌కు పాలకుడు అయ్యాడు, అతను ముస్లిం దాడి చేసేవారిని ఎదుర్కోవలసి వచ్చింది చాలా సార్లు. అతని పాలనలో, లాఖా అనేక ప్రజా ప్రయోజనకరమైన పనులను చేసాడు, ఇది ఆనాటి అనేక శిలా శాసనాల ద్వారా రుజువు చేయబడింది. ఆ తరువాత, అతని కుమారుడు మోకుల్ మేవార్ సింహాసనంపై కూర్చున్నాడు, అతను 1428లో నాగోర్ పాలకుడు ఫిరోజ్ ఖాన్‌పై విజయం సాధించడం ద్వారా కీర్తిని పొందాడు.

1433లో, మేవార్ పగ్గాలు మహారాణా కుంభ చేతిలోకి వచ్చాయి, చరిత్రకారులు అతని కాలాన్ని మేవార్ చరిత్రలో స్వర్ణ యుగంగా భావిస్తారు. అతను అనేక యుద్ధాలలో

మాల్వా మరియు గుజరాత్ పాలకులను ఓడించాడు; తిరుగుబాటుదారులను అణచివేసింది; మరియు 1433 నుండి 1437 మధ్య, అబూ, వసంత్‌గఢ్ మొదలైనవాటిని స్వాధీనం చేసుకున్నాడు. అతను బూండి యొక్క హడా పాలకుడిని ఓడించి, మండల్‌గర్ మరియు నారానాపై తన పాలనను స్థాపించాడు. అతని పాలనలో అజ్మీర్ కూడా మేవార్‌లో భాగమైంది. అతను రాష్ట్ర రక్షణ కోసం అనేక కోటలను నిర్మించాడు. విజేతగా ఉండటమే కాకుండా, అతను జ్ఞాన ప్రియుడు, కళాభిమాని, పండితులను గౌరవించేవాడు మరియు పాలకుడికి ఉండవలసిన ఇతర లక్షణాలన్నీ కలిగి ఉన్నాడు. తరువాత, అతను ఢిల్లీ సుల్తానేట్ యొక్క అనేక ప్రాంతాలను స్వాధీనం చేసుకున్నాడు మరియు వాటిపై తన పాలనను స్థాపించాడు. అతని ధైర్యసాహసాలకు సంతోషించి, ఈ పాలకులు అతనికి ఒక పందిరిని ఇచ్చారు మరియు అతనికి హిందూ 'ఖుర్త్రన్' అనే బిరుదును ఇచ్చారు. ఈ గొప్ప పాలకుడి కీర్తి కారణంగా మేవార్ రాజపుత్రుల ప్రధాన రాష్ట్రంగా మారింది.

కొన్నిసార్లు, ముళ్ల పొదలు అందమైన సారవంతమైన భూమిలో కూడా పెరుగుతాయి, ఇవి ఆ సారవంతమైన భూమిని నాశనం చేస్తాయి. మహారాణా కుంభ విషయంలో కూడా అదే జరిగింది. ఈ గొప్ప మరియు మహిమాన్వితమైన రాజు అతని స్వంత కొడుకు ఉడా చేత హత్య చేయబడ్డాడు. ఉడా చేతకాని మరియు ఉదారమైన పాలకుడిగా నిరూపించబడింది. దీంతో రాష్ట్రంలోని సామంతులంతా ఆయనకు శత్రువులయ్యారు. ఉడా తమ్ముడు రైమల్‌ను మేవార్‌కు పాలకునిగా చేయాలని వారు నిర్ణయించుకున్నారు, ఆ సమయంలో ఈదార్‌లోని అతని అత్తమామల ఇంట్లో ఉన్నారు. సామంతులంతా రైమల్‌కు మద్దతు పలికారు. అత్యాశగల ఉడా సామంతులతో ఎలా అంగీకరించగలడు? అందువల్ల, రైమల్ నాయకత్వంలో సామంతులందరి సామూహిక సైన్యం ఉడా సైన్యంతో పోరాడింది. దరింపూర్, జావి, పంగర్, చిత్తోర్‌లలో ఉడా ఓటమిని చవిచూడాల్సి వచ్చింది. చివరికి, 1437లో రైమల్ మేవార్ మొత్తం మీద తన పాలనను స్థాపించాడు. రైమల్ సమర్థుడైన పాలకుడు. తన పూర్వీకుల మాదిరిగానే అతను పోరాడుతూనే ఉన్నాడు మండు మొదలైన పాలకులతో యుద్ధాలు చేశాడు, కానీ దురదృష్టవశాత్తు, రైమల్ తన కుమారులు, సోదరుడు మరియు మేనల్లుళ్ల వ్యతిరేకతను ఎదుర్కోవలసి వచ్చింది. రాజకుటుంబంలో ఐక్యత

లేకపోవడం వల్ల మేవార్ అంతర్గత పరిస్థితి దయనీయంగా మారడం సహజం. మేవార్ ఆర్థిక వ్యవస్థ కుదేలైంది. అదృష్టవశాత్తూ, దాని ప్రతిష్ట ఏ విధంగానూ దెబ్బతినలేదు. ఈ సమయంలో, సమీపంలోని శత్రువులను అణచివేయడంలో నిమగ్నమై ఉన్న ఢిల్లీలోని సికందర్ లోడి పాలన ఇది. అతను సమర్థుడైన మరియు దూరదృష్టి గల పాలకుడు, కాబట్టి అతను మేవార్‌తో చిక్కుకోవడం సరైనది కాదు. మాల్వా, గుజరాత్ పాలకులు కూడా ఢిల్లీని పాలించాలని కలలు కన్నారు. దీనికి ముందు పాలకులు మేవార్‌తో యుద్ధం చేయడం ద్వారా భారీ నష్టాలను చవిచూశారు, కాబట్టి మేవార్‌తో చిక్కుకోవడం సరైనదని వారు భావించలేదు.

ఈ ప్రతికూల పరిస్థితులలో, 4 మే 1508న, రాణా సంగ్రామ్‌సింగ్ మేవార్ సింహాసనంపై కూర్చున్నాడు, అతను భారత చరిత్రలో రాణా సంఘగా ప్రసిద్ధి చెందాడు. సింహాసనంపై కూర్చునే సమయానికి రాణా సంఘ వయస్సు 27 ఏళ్లు. అధికారం చేపట్టిన వెంటనే, రాణా కుంభం తర్వాత ఇతర రాష్ట్రాలు స్వాధీనం చేసుకున్న మేవార్‌లోని ఆ ప్రాంతాలను స్వాధీనం చేసుకోవాలని రాణా సంఘ ఆలోచించారు. అతను మాల్వా సుల్తాన్, మెహమూద్‌ను ఓడించి, అతనిని బందీగా చేసి, రణతంబోర్, కల్పి, గగ్రాన్, మిల్సా మరియు చందేరీలలో తన పాలనను స్థాపించాడు. అతను ఈ విజయంతో ప్రోత్సహించబడ్డాడు మరియు ఢిల్లీ సుల్తాన్‌కు చెందిన కొన్ని ప్రాంతాలను స్వాధీనం చేసుకున్నాడు. గుజరాత్ రాష్ట్రాన్ని లూటీ చేసి వదిలేశాడు. రాజపుతానా పాలకులందరూ మరియు మరికొందరు పాలకులు అతని పాలనను అంగీకరించారు.

రాణా సంఘ భారతదేశ చరిత్రలో అత్యంత ధైర్యవంతుడు మరియు దేశభక్తి కలిగిన పాలకుడు. కానీ, అతను భారతదేశంపై దాడి చేయడానికి బాబర్‌కు ఆహ్వానం ఇవ్వడం అతని కీర్తిని ఖచ్చితంగా తగ్గిస్తుంది. ఢిల్లీకి చెందిన ఇబ్రహీం లోడిని ఓడించడానికి, అతను భారతదేశంపై దాడి చేయడానికి బాబర్‌ను ఆహ్వానించాడు. బహుశా, ఇబ్రహీం లోడిని ఓడించిన తర్వాత బాబర్ తిరిగి వస్తాడని అతను అనుకున్నాడు, కానీ అది ఈ విధంగా జరగలేదు; మరియు ఆ తర్వాత రాణా సంఘ కూడా బాబర్‌తో కొన్ని యుద్ధాలు చేయాల్సి వచ్చింది. అతను మార్చి 1527లో ఖాన్వా యుద్ధంలో బాబర్ చేతిలో ఓడిపోవడం అతని ప్రతిష్ట మరియు కీర్తికి చాలా పెద్ద దెబ్బ.

మేవార్‌లో గందరగోళ సమయం

30 జనవరి 1528న, మహారాణా సంఘ మరణం తర్వాత, మేవార్‌లో అశాంతి మొదలైంది. చాలా ప్లస్ పాయింట్లు ఉన్నప్పటికీ. మహారాణా సంఘానికి రాజకీయ దూరదృష్టి లోపించింది. అతను తన రాణి కర్మవతి కుమారులు విక్రమజిత్ మరియు ఉదయసింగ్‌లకు రణతంబోర్ భూభాగాన్ని ఇచ్చాడు. మేవార్ చరిత్రలో ఇది మొదటిసారి జరిగింది. దీని వెనుక ప్రధాన పాత్ర రాణి కర్మవతిది. రానా తీసుకున్న ఈ నిర్ణయం వల్ల మేవార్ వాతావరణం ఒక్కసారిగా కలకలం రేపింది. సంఘ తర్వాత, అతని కుమారుడు రతన్‌సింగ్‌కు మేవార్ సింహాసనంపై హక్కు ఉంది. పాలన వచ్చిన వెంటనే, అతను రణథంబోర్ భూభాగాన్ని తిరిగి పొందేందుకు ప్రయత్నించాడు. దీనివల్ల రాజకుటుంబంలోనే అనైక్యత, పక్షపాతం కనిపించింది. రతన్‌సింగ్ అసమర్థుడు, పిరికివాడు, నిర్లక్ష్యపు పాలకుడు. ఈ సమయంలో కర్మవతి తన సోదరుడు సూరజ్మల్ రక్షణలో ఉండేది. ఆమె తన కుమారుడిని మేవార్‌కు పాలకునిగా చేయాలని కోరుకుంది. రతన్‌సింగ్ రణతంబోర్ భూభాగాన్ని తిరిగి అడిగినప్పుడు, ఆమె సాకులు చెప్పడం ప్రారంభించింది. ఆమె పన్నాగం ప్రారంభించింది. ఆమె తన కొడుకును మేవార్ రాజుగా చేయడంలో తనకు సహాయం చేయమని బాబర్‌కు సందేశం పంపింది. అందుకు ప్రతిగా రణథంబోర్ కోటను, ఇతర విలువైన వస్తువులను అతనికి బహుమతిగా ఇస్తానని చెప్పింది. బాబర్ దీనికి అంగీకరించాడు, కాని అతను ఇతర ముఖ్యమైన పనులలో నిమగ్నమయ్యాడు మరియు కర్మవతికి సహాయం చేయలేని విధంగా సంఘటనల క్రమం జరిగింది. తర్వాత కర్మవతి మరో పథకం వేసింది. ఆమె సోదరుడు సూరజ్మల్ 1531లో రతన్‌సింగ్‌ను బూందీకి వేట కోసం పిలిచాడు మరియు అక్కడ అతన్ని హత్య చేశాడు.

రతన్‌సింగ్ హత్యతో మేవార్‌లో ఆగ్రహావేశాల వాతావరణం నెలకొంది. పౌరులు తమను తాము అభద్రతాభావంతో భావించడం ప్రారంభించారు. అటువంటి సమయాలలో, విక్రమజిత్ మేవార్ సింహాసనంపై కూర్చున్నాడు. అతను మొండి పట్టుదలగల, మొండి పట్టుదలగల వ్యక్తి మరియు పూర్తిగా పనికిరాని పాలకుడు. అతనికి రాజకీయాలు మరియు యుద్ధం గురించి అవగాహన లేదు. అతను ఎల్లప్పుడూ వైన్ మరియు స్త్రీలలో మునిగిపోయాడు. అతను తన పాలనను విలాసవంతమైన మరియు ఆనందకరమైన

జీవితానికి సత్వరమార్గంగా మాత్రమే పరిగణించాడు దీంతో రాష్ట్రంలో గందరగోళ పరిస్థితి నెలకొంది. విక్రమజిత్ పట్ల అసంతృప్తితో, కొంతమంది సామంతులు గుజరాత్ పాలకుడు బహదూర్షా వద్దకు వెళ్లి అతనితో కలిసి మేవార్‌పై దాడి చేశారు. ఈ దాడిని ఎదుర్కొనేంత సత్తా విక్రమజిత్‌కు లేదు. రాణి కర్మవతి తన కుమారులను సురక్షిత ప్రదేశానికి పంపి హుమాయున్ సహాయం కోరింది. బహుశా హుమాయున్ తన మతానికి చెందిన వ్యక్తితో, రాజపుత్రుడి కోసం పోరాడటానికి ఇష్టపడడు, కాబట్టి, కర్మవతి ప్రతిపాదనను అంగీకరించిన తర్వాత కూడా అతను ఆమెకు సహాయం చేయలేదు. కర్మవతి 13,000 మంది మహిళలు మరియు 3,000 మంది పిల్లలతో పాటు అగ్నిలో కాలిపోయి తన ప్రాణాలను త్యాగం చేయాల్సి వచ్చింది. మార్చి 1535లో, బహదూర్షా మేవార్ రాజధానిని స్వాధీనం చేసుకున్నాడు.

చిత్తోర్‌పై తన పాలనను స్థాపించిన తర్వాత, బహదూర్షా తన ప్రతినిధి బుర్హాన్-ఉల్-ముల్క్ బంటానీకి చిత్తోర్ అధికారాన్ని అప్పగించాడు. అతని సైన్యంలో ఎక్కువ భాగం చిత్తోర్ నుండి వెళ్లిపోయిన వెంటనే, రాజపుత్రులు చిత్తోర్‌పై మళ్లీ దాడి చేశారు. విక్రమజిత్ మళ్లీ మేవార్ సింహాసనంపై కూర్చున్నాడు. మేవార్ సింహాసనంపై మళ్లీ విక్రమజిత్ కూర్చోవడానికి హుమాయున్ సహాయం చేశాడని చాలా చరిత్ర పుస్తకాలు చెబుతున్నాయి, అయితే బహదూర్షా చిత్తూరును చుట్టుముట్టినప్పుడు, హుమాయున్ గ్వాలియర్‌లో విశ్రాంతి తీసుకుంటున్నాడని డాక్టర్ బెనర్జీ స్పష్టం చేశారు. అతను తన సోదరుడు అస్కరీని అనుసరించి జూన్ 1536లో చిత్తూరు చేరుకున్నాడు. దీనికి ముందు, విక్రమజిత్ మళ్లీ రాజుగా పట్టాభిషిక్తుడైనాడు. మళ్లీ సింహాసనంపై కూర్చున్నా విక్రమజిత్ మేవార్‌లో గందరగోళాన్ని, అసంతృప్తిని తగ్గించలేకపోయాడు. అందువలన, అతను సింహాసనం నుండి తొలగించబడ్డాడు.

వాన్వీర్ పాలన

1536లో, విక్రమజిత్ సింహాసనం నుండి తొలగించబడినప్పుడు, ఆ సమయంలో ఉదయసింగ్ కేవలం చిన్న పిల్లవాడు. కాబట్టి, మేవార్ సామంతుల సలహాతో, వాన్వీర్‌ను సింహాసనంపై కూర్చోబెట్టమని అడిగారు. అతను రాణా సంఘ సోదరుడు పృథ్వీరాజ్

కొడుకు, తక్కువ కులానికి చెందిన పనిమనిషి. సింహాసనంపై కూర్చోగానే వనవీరులో అసూయ భావం ఏర్పడింది. అసలైన సింహాసన వారసులను చంపేంత వరకు తనకు చేతకాదని అనుకున్నాడు ఆటంకం లేకుండా పాలన. అందుకే ఉదయసింగ్‌ని కూడా చంపాలనుకున్నాడు. ఉదయసింగ్ ఆ సమయంలో మంత్రసాని (ధై మా) పన్నా రక్షణలో ఉన్నాడు. వాన్వీర్ చేతిలో కత్తితో ఉదయసింగ్‌ను చంపడానికి వచ్చాడు. పన్నా వాన్వీర్ యొక్క దుష్ట ఉద్దేశాన్ని అర్థం చేసుకుంది, కాబట్టి ఆమె దేశం మరియు కులాన్ని బట్టి ఆమె కర్తవ్యాన్ని పూర్తిగా అర్థం చేసుకుంది, ఆమె ఉదయసింగ్‌ను సురక్షితంగా తప్పించుకోవడానికి సహాయం చేసింది మరియు ఉదయసింగ్ వయస్సులో ఉన్న తన స్వంత కొడుకును అతని మంచం మీద ఉంచింది. వనవీర్ అతన్ని ఉదయసింగ్‌గా భావించి, పన్నా ధై కొడుకును చంపి, ఊపిరి పీల్చుకున్నాడు. దీని తరువాత, విక్రమజిత్ మరియు ఉదయసింగ్ హత్య వార్త రాజ్యమంతా వ్యాపించింది. వాన్వీర్ ఇప్పటి వరకు మేవార్‌కు తాత్కాలిక పాలకుడు. ఆ తర్వాత తానే మేవార్ రాజునని ప్రకటించుకున్నాడు. క్రూరమైన పాలకుడిగా నిరూపించుకున్నాడు. అతని క్రూరత్వం కారణంగా, మేవార్ పౌరులు అతనిపై తిరగబడ్డారు.

1536లో, ఉదయసింగ్ సురక్షితంగా తప్పించుకోవడానికి సహాయం చేసిన తర్వాత, పన్నా కుంభాల్‌గ్రా చేరుకున్నాడు. ఒక సంవత్సరం పాటు ఉదయసింగ్ బ్రతికే ఉన్నాడని ఆమె ఎవరికీ చెప్పలేదు. అయితే మెల్లమెల్లగా ఈ వార్త బయటకు లీక్ అయింది. ఈ విషయం తెలిసి మేవార్ పౌరులు చాలా సంతోషించారు. మేవార్‌లోని సామంతులు ఒక్కొక్కరుగా ఉదయసింగ్‌ను చూసేందుకు కుంభాల్‌గ్రా చేరుకున్నారు. కొంతమంది సామంతులు అక్కడ శాశ్వత ప్రాతిపదికన ఉండడం ప్రారంభించారు. అందరూ ఉదయసింగ్ పట్ల తన విధేయతను చాటుకున్నారు మరియు ఉదయసింగ్ మేవార్ సింహాసనానికి నిజమైన వారసుడు అనే వాస్తవాన్ని అంగీకరించారు. అక్కడే ఉండి, ఉదయసింగ్ తన బలాన్ని పెంచుకోవడం ప్రారంభించాడు, ఎందుకంటే వాన్వీర్ నుండి అధికారాన్ని తిరిగి పొందడం అంత తేలికైన పని కాదు. అతను తన బలాన్ని

నిర్ధారించుకున్నప్పుడు, అతను తన సైన్యాన్ని తీసుకొని చిత్తూరును జయించటానికి వెళ్ళాడు. ఉదయసింగ్ దాడి వార్త విన్న వాన్వీర్ కున్వర్సింగ్ తన్వర్ నాయకత్వంలో సైన్యాన్ని పంపాడు. మహౌలి గ్రామంలో ఇరు సేనలు పరస్పరం తలపడ్డాయి. భీకర యుద్ధం తరువాత, ఉదయసింగ్ సైన్యం విజయం సాధించింది. కున్వర్‌సింగ్ తన్వర్‌తో పాటు అతని సైనికులు కూడా మరణించారు.

ఈ విజయంతో ఉత్సాహంగా ఉన్న ఉదయసింగ్ తన సైన్యంతో చిత్తోర్ కోసం బయలుదేరాడు. ఉదయసింగ్‌తో పోరాడేందుకు వాన్వీర్ కూడా తన సైన్యంతో ముందుకు వచ్చాడు. మళ్ళీ, రెండు సైన్యాలు పోరాడారు. ఈ యుద్ధంలో కూడా ఉదయసింగ్ గెలిచాడు. వనవీరుడు యుద్ధభూమి నుండి పారిపోయాడు. దీని తరువాత, అతను బహుశా దక్షిణ భారతదేశం వైపు వెళ్ళాడు. ఆ తర్వాత అతడికి ఏం జరిగిందో ఖచ్చితంగా చెప్పలేం. ఈ విధంగా, అదృష్టం ఉదయసింగ్‌కు అనుకూలంగా మారింది మరియు 1540లో, అతను తన పూర్వీకుల రాజ్యమైన మేవార్‌కు రాజు అయ్యాడు. ఆ సమయంలో మేవార్ పరిస్థితి సంతృప్తికరంగా లేకపోవడంతో ఉదయసింగ్ చాలా ఇబ్బందులు పడాల్సి వచ్చింది. ఉదయసింగ్, తీవ్రమైన పోరాటం తర్వాత, చిత్తోర్‌ను చట్టవిరుద్ధంగా పాలించిన వాన్‌వీర్ నుండి విడిపించి మేవార్‌కు రాజు అయినప్పుడు, ఆ సమయంలో ప్రతాప్‌కి దాదాపు 12 సంవత్సరాలు. కానీ ఆ సమయానికి మేవార్ సంపన్నంగా లేదా సురక్షితంగా లేదు. దీంతో రాష్ట్రమంతా భయాందోళనకు గురైంది. శాంతిభద్రతలు దారుణంగా తయారయ్యాయి. ఉదయసింగ్ సింహాసనంపై కూర్చున్న నాలుగు సంవత్సరాలలో, షెర్షా తన సైన్యంతో చిత్తోర్ కోసం బయలుదేరాడు. ముఖాముఖి యుద్ధం చేసే పరిస్థితి లేదు. షేర్షా జహాజ్‌పూర్‌కు చేరుకున్నప్పుడు, ఉదయసింగ్ చిత్తోర్ కోట తాళపుచెవులను అతనికి పంపాడు. ఈ తెలివి ఉపయోగకరంగా నిరూపించబడింది. షెర్షా చిత్తోర్‌పై దాడి చేయలేదు మరియు ఉదయసింగ్ దానిని మునుపటిలానే కొనసాగించాడు. చిత్తోర్‌లోని షేర్షా ప్రతినిధి కూడా ఉదయసింగ్ పాలనలో పెద్దగా జోక్యం చేసుకోలేదు. షేర్షా మరణం తరువాత, అతని ప్రతినిధిని అక్కడి నుండి తరిమికొట్టారు. ఇప్పటి వరకు, బహిరంగ ప్రదేశంలో ఉన్న ఏదైనా కోట రక్షణ కోసం, మేవార్ మొత్తాన్ని పణంగా పెట్టారు. ఇప్పుడు ఈ విధానం

విస్మరించబడింది. పర్వతాలతో చుట్టుముట్టబడిన మరియు చిత్తోర్ కంటే సురక్షితమైన ఉదయపూర్ కొత్త రాజధానిగా చేయబడింది. అసురక్షిత ప్రాంతాల్లో ఉంటున్న వారిని తీసుకొచ్చి ఉదయపూర్ చుట్టుపక్కల స్థిరపరిచారు. అభివృద్ధి యొక్క కొత్త ప్రాజెక్టులు ప్రారంభించబడ్డాయి మరియు ఈ విధంగా, మేవార్ యొక్క ప్రతిష్ట మళ్లీ నిర్మించబడింది. ఉదయసింగ్ కృషి వల్ల మేవార్ వైభవం కూడా పెరిగి రాష్ట్రంలో శాంతి భద్రతలు నెలకొల్పబడ్డాయి.

మేవార్ రాజ వంశం యొక్క వంశావళి

సూర్యవంశ్, భగవత్ మొదలైన మతపరమైన సాహిత్యంతో మేవార్ రాజవంశం యొక్క సంబంధాన్ని స్థాపించడం. రాజ వంశం యొక్క వంశావళిని కలిగి ఉంది. అనేక చారిత్రక పుస్తకాలు మేవార్ రాజవంశం యొక్క వంశావళిని కూడా కలిగి ఉన్నాయి. ఈ పేర్ల వరుసలలో చాలా తేడాలు ఉన్నాయి. కొన్ని పుస్తకాలలో, కొన్ని పేర్లు ముందు మరియు కొన్ని తరువాత పేర్కొనబడ్డాయి, కొన్ని పుస్తకంలో కొత్త పేర్లు చేర్చబడ్డాయి. వీర్ వినోద్ రచయిత, గుహిల్ (గుహాదిత్య) నుండి ఫతేసింగ్ వరకు మేవార్ రాజవంశం యొక్క క్రింది వంశావళికి తగిన రుజువుల ఆధారంగా అందించారు-

1. చెవులు
2. ఆహారం
3. మహేంద్ర
4. స్త్రీ
5. పీల్
6. అపరాజిత్
7. మహేంద్ర
8. వప్పా
9. ఖుమర్
10. భరత్బట్
11. సింగ్
12. దేవతలు
13. నర్వాహన్
14. శాలివాహన్
15. శక్తికుమార్
16. శుచివర్మ
17. నర్వర్మ
18. నమ్మకంగా
19.వైరాట్
20. విరిసింగ్
21. విజయ్‌సింగ్
22. అరిసింగ్

23. చౌర్‌సింగ్ 24. విక్రమ్ సింగ్
25. క్షేంసింగ్ 26. సమంత్ సింగ్
27. కుమార్సింగ్ 28. మథన్‌సింగ్
29. పదంసింగ్ 30. జైత్సింగ్
31. తేజ్‌సింగ్ 32. సమర్సింగ్
33. రతన్‌సింగ్ 34. కరణసింగ్
35. రహప్ 36.నర్పతి
37. దినకరన్ 38. జష్కరన్
39. నాగ్‌పాల్ 40. పురాన్ పాల్
41. పృథ్వీపాల్ 42. భువనసింగ్
43. భీంసింగ్ 44.జైసింగ్
45. లక్ష్మణసింగ్ 46.అజైసింగ్
47. అరిసింగ్ 48. హమీర్ సింగ్
49. క్షేత్ర సింగ్ 50. లక్ష్ సింగ్
51. అసాధ్యం 52. కుంభకరణ్
53. ఉదయకరణ్ 54. రైమల్
55. సంగ్రామ్‌సింగ్ 56. రతన్‌సింగ్
57. విక్రమాదిత్య 58.ఉద్దైసింగ్
59. మహారాణా ప్రతాప్ 60. అమర్‌సింగ్
61. కరణ్ సింగ్ 62. జగత్సింగ్
63. రాజ్ సింగ్ 64. జైసింగ్
65. అమర్‌సింగ్ 66. సంగ్రామ్సింగ్
67. జగత్సింగ్ 68. ప్రతాప్సింగ్
69. రాజ్‌సింగ్ 70. అరిసింగ్
71. హమీర్సింగ్ 72. భీంసింగ్
73. జవాన్‌సింగ్ 74. సర్దార్‌సింగ్

75. స్వరూపసింగ్ 76. శంభు సింగ్

77. సజ్జన్‌సింగ్ 78. ఫతేసింగ్.

మహారాణా ప్రతాప్ మేవార్‌కు కేవలం 25 సంవత్సరాలు మాత్రమే రాజుగా ఉన్నాడు, అయితే ఈ సమయంలో అతను చాలా కీర్తి మరియు కీర్తిని సంపాదించాడు, అది దేశ సరిహద్దులను దాటి అతను అమరుడిగా మారాడు. అతను మరియు అతని రాజ్యం ఒకరి దేశంలో ధైర్యం, త్యాగం మరియు గర్వానికి పర్యాయపదాలుగా మారాయి. మేవార్ రాజ్‌పుత్ రాష్ట్రాలలో ఎల్లప్పుడూ ఉత్తమమైనది అయినప్పటికీ, మేవార్ రాజులు వారి సామంతులు మరియు పౌరుల మద్దతుతో ఇటువంటి సంప్రదాయాలను స్థాపించారు, మేవార్ యొక్క చిన్న ప్రాంతం లేదా జనాభా మేవార్ వైభవాన్ని పెంచడంలో ఆటంకం కలిగించలేదు. మేవార్ జెండా కూలిపోతుందని అనిపించిన కష్ట సమయాలు కూడా వచ్చాయి, కానీ మేవారీల పరాక్రమం మరియు ధైర్యం కారణంగా, అది మరోసారి ఆకాశాన్ని తాకడం ప్రారంభించింది.

మధ్యమధ్యలో కొంతమంది బలహీన రాజులు ఉన్నప్పటికీ, ఒకరి తర్వాత ఒకరు సమర్థులు మరియు దేశభక్తి గల పాలకులు దాని సింహాసనంపై కూర్చోవడం మేవార్ యొక్క అదృష్టం. ఈ రాష్ట్రాన్ని స్థాపించిన రోజు నుండి 1,500 సంవత్సరాల తరువాత వరకు, అంటే వప్పా రావల్ కాలం నుండి, ఈ పరంపర కొనసాగుతూనే ఉంది మరియు మహారాణా ప్రతాప్ కంటే ముందు, రాణా సంఘు మేవార్‌ను కీర్తి శిఖరాగ్రానికి తీసుకెళ్లారు. అతని కీర్తి రాజస్థాన్ దాటి ఢిల్లీకి చేరింది. రెండు తరాల ముందు రానా మహారాణా ప్రతాప్-

కుంభ తన విజయాలు మరియు అభివృద్ధి పనుల ద్వారా మేవార్‌కు కీర్తిని ప్రసాదించాడు. అతని పాలనలో, సాహిత్యం మరియు కళలు కూడా అసాధారణ రీతిలో అభివృద్ధి చెందాయి. రాణాకు స్వయంగా రాయడం ఒక అభిరుచి ఉంది మరియు అతని రచనలు ఈనాటికీ గౌరవంగా చదవబడుతున్నాయి. అతని రాజ్యంలోని వాతావరణం అత్యున్నతమైన కళ మరియు సాహిత్య సృష్టికి అనుకూలమైనది. ఈ విజయాలు అనేక తరాలచే పెంపొందించబడిన సమగ్ర సంప్రదాయం యొక్క ఫలితం.

రెండవ అధ్యాయం

జీవితం తొలి దశలో

ఉదయసింగ్ మేవార్ పాలకుడైన సమయంలో, దాదాపు అదే సమయంలో షేర్షా సూరి ఢిల్లీని స్వాధీనం చేసుకున్నాడు. అతను మొఘల్ చక్రవర్తి హుమాయూన్‌ను భారతదేశం నుండి తరిమికొట్టాడు. ఉదయసింగ్ రాజు అయిన నాలుగు సంవత్సరాల తర్వాత, 1544లో, రాజ్‌పుతానాను స్వాధీనం చేసుకోవడానికి షేర్షా తన సైన్యంతో బయలుదేరాడు. అదే సంవత్సరం అతను మాల్దేవ్‌ను ఓడించి జోధ్‌పూర్‌ని స్వాధీనం చేసుకున్నాడు. ఆ తరువాత, అతను చిత్తూరును స్వాధీనం చేసుకోవడానికి తన సైన్యాలతో ప్రారంభించాడు. అతను జహజ్‌పూర్‌లో తన శిబిరాన్ని ఉంచాడు. మేవార్ యొక్క దయనీయ స్థితిని చూసి, ఉదయసింగ్ కొంత తెలివితేటలను ఉపయోగించడం మంచిదని భావించి, అతను చిత్తోర్ కోట యొక్క తాళాలను షేర్షాకు పంపాడు. ఉదయసింగ్ ఈ లొంగిపోవడాన్ని షేర్షా అంగీకరించాడు. అతను మేవార్‌లో తన అనధికారిక ప్రతినిధిని షంషాను నియమించాడు, కాని అసలు అధికార పగ్గాలు ఉదయసింగ్ చేతిలోనే ఉన్నాయి. బహుశా, అతను పన్ను పొందే సౌలభ్యాన్ని చూసి మరియు తిరుగుబాటు అవకాశం కారణంగా ఈ ఏర్పాటు చేసి ఉండవచ్చు. మేవార్‌లో ఎలాంటి అసంతృప్తి వ్యాపించకూడదని ఆయన కోరుకున్నారు.

షేర్షా మేవార్‌పై ఎక్కువ కాలం తన నియంత్రణను కొనసాగించలేకపోయాడు. ఒక సంవత్సరంలో అతను మరణించాడు. అతని మరణంతో, రాజ్‌పుతానా రాష్ట్రాలన్నీ ఆఫ్ఘన్ లను అక్కడి నుండి తరిమివేసి స్వాతంత్ర్యం ప్రకటించాయి. ఈ విధంగా 1645లో చిత్తూరు మరోసారి స్వతంత్రం పొందింది.

ప్రతాప్ జననం

ప్రతాప్ మహారాణా ఉదయసింగ్ యొక్క పెద్ద కుమారుడు. అతను రాణి జైవంతబాయికి జన్మించాడు. అతని పుట్టిన తేదీకి సంబంధించి చరిత్రకారులలో భిన్నాభిప్రాయాలు

ఉన్నాయి. వీర్ వినోద్ ప్రకారం, మహారాణా ప్రతాప్ జ్యేష్ఠ శుక్ల 13 సంవత్ 1596 విక్రమ్ శకం లేదా 31 మే 1539లో జన్మించాడు. నాన్సీ ప్రకారం, అతని పుట్టిన తేదీ 4 మే 1540, మరియు టాడ్ రాసిన 'హిస్టరీ ఆఫ్ రాజ్‌పుతానా'లో అతని పుట్టిన తేదీ. 9 మే 1549.

అతని తండ్రి రాణా సంఘ మరణించే సమయంలో (30 జనవరి 1528) రాణా ఉదయసింగ్ తన తల్లి కడుపులో ఉన్నాడని చెబుతారు. బహుశా, అతను ఫిబ్రవరి మరియు నవంబర్ మధ్య 1528 న జన్మించాడు. అతను 1539 లేదా 1540లో 13 సంవత్సరాల కంటే పెద్దవాడు కాదు. కాబట్టి, ఈ వయస్సులో అతనికి కొడుకు పుట్టే ప్రశ్నే లేదు. ఈ విధంగా, చివరి తేదీ సరైనదిగా కనిపిస్తుంది. ఈ సమయంలో, ఉదయసింగ్ వయస్సు 22-23 సంవత్సరాలు.

ప్రతాప్ సోదరులు మరియు సోదరీమణులు

ఆ కాలంలో చాలా మంది భార్యలు ఉండే సంప్రదాయం ఉండేది. ఉదయసింగ్ దీనికి మినహాయింపు కాదు. వీర్ వినోద్‌లో, అతనికి 18 మంది భార్యలు మరియు 24 మంది కుమారులు ఉన్నారని పేర్కొనబడింది, అయితే ఈ క్రింది ఏడుగురు భార్యల పేర్లు మాత్రమే ఇవ్వబడ్డాయి –

భార్యలు	వీరి పిల్లలు భార్యలు (కుమారులు)
(1) జైవంత బాయి	ప్రతాప్
(2) సజ్జబాయి సోలంకిణి	శక్తిసింగ్, విక్రమ్‌దేవ్
(3) జైవంతబాయి మద్రేచి	జైత్సింగ్
(4) లాలాబాయి	కాన్హ
(5) విర్బాయి ఝాలి	రైసింగ్
(6) లఖాబాయి ఝాలి	శార్దూల్‌సింగ్, రుద్రసింగ్
(7) ధీర్బాయి భాటియాని	జగ్మాల్, సాగర్, అగర్, సాహ్, పచ్చద్

ఈ ఏడుగురు భార్యలు మరియు పదమూడు కుమారులతో పాటు మరో పదకొండు మంది కుమారులు పేర్లు పెట్టారు, కానీ ఇతర భార్యలు పేరు పెట్టబడలేదు. మరో పదకొండు మంది కుమారుల పేర్లు –

(1) నారాయణదాస్ (2) సుల్తాన్

(3) లూర్కారన్ (4) మహేశ్దాస్

(5) చందా (6) భావసింగ్

(7) నెట్‌సింగ్ (8) నాగ్రాస్

(9) పైరిషాల్ (10) మాన్‌సింగ్

(11) సాహిబ్ ఖాన్

సాహిబ్ ఖాన్ బహుశా ముస్లిం భార్య లేదా ఉప భార్య నుండి జన్మించి ఉండవచ్చు. అతను హిందువు నుండి ముస్లింగా మారినట్లయితే, అతని హిందూ పేరు కూడా ప్రస్తావించబడి ఉండేది. దీనిపై మరికొంత శ్రద్ధ పెడితే ఉదయసింగ్ కూతుళ్లెవరూ ప్రస్తావనకు రాలేదన్న మరో వాస్తవం స్పష్టమవుతుంది. బహుశా, ఇది పురుషాధిక్య సమాజంలో స్త్రీల ద్వితీయ స్థితికి కారణం కావచ్చు, ఎందుకంటే అతనికి ఒక్క కుమార్తె కూడా లేదని ఇది సాధ్యమయ్యేలా కనిపించడం లేదు. ఇది కాకుండా, చరిత్ర పుస్తకాలలో మహారాణా ప్రతాప్ కుమార్తెల ప్రస్తావన కూడా లేదు.

నాన్సీ ప్రకారం, ఉదయసింగ్‌కు 20 మంది రాణులు మరియు 17 మంది కుమారులు ఉన్నారు మరియు ప్రతాప్ పెద్ద రాణి కుమారుడు మరియు కుమారులందరిలో పెద్దవాడు-ఇది చాలా వివాదాస్పదమైనది. ఉదయసింగ్‌కు 18 మంది రాణులు లేదా 20 మంది 17 మంది కుమారులు లేదా 24 మంది ఉన్నారా అన్నది ముఖ్యం కాదు.

ప్రతాప్ బాల్యం

చరిత్ర పుస్తకాలు మహారాణా ప్రతాప్ బాల్యం మరియు అతని జీవితం యొక్క ప్రారంభ సంవత్సరాలపై ఎటువంటి వెలుగుని ఇవ్వలేదు. అందువల్ల, అతని జీవితంలోని ఈ

దశను ఉదయసింగ్ పాలన మరియు పోరాటాల నేపథ్యంలో చూడటం సముచితం. ప్రతాప్ అతని తండ్రి యొక్క పెద్ద కుమారుడు, మరియు ఉదయసింగ్ పాలన సంతోషంగా మరియు శాంతియుతంగా లేదు. అందువల్ల, మేవార్ యొక్క ఈ పెద్ద యువరాజు బాల్యం బహుశా గులాబీల మంచం కాదు. ఉదయసింగ్ తన జీవితంలో చాలా కష్టపడాల్సి వచ్చింది. ఖచ్చితంగా, ఇవన్నీ యువ ప్రతాప్‌పై కొంత ప్రభావం చూపాయి.

కొత్త రాజధాని ఉదయపూర్ నిర్మాణం

మేవార్ కొంత కాలం పాటు షేర్షా పాలనలో ఉన్నప్పటికీ, అప్పటి వరకు మేవార్ రాజధాని చిత్తోర్. రాజధానిగా ఉండేందుకు చిత్తూరు సురక్షితమైన ప్రదేశం కాదనే నిర్ణయానికి ఉదయసింగ్ వచ్చారు. అందుకే కొత్త రాజధానిని నిర్మించాలని నిర్ణయించుకున్నాడు. ఇందుకోసం గిర్వా ప్రాంతంలోని స్థలాన్ని ఎంపిక చేశారు. పర్వతాలతో చుట్టుముట్టబడిన ఈ ప్రదేశం చాలా సురక్షితమైనది. 1616 విక్రమి సంవత్సరంలో నూతన రాజధాని ఉదయపూర్ నిర్మాణ పనులు ప్రారంభమయ్యాయి. చుట్టుపక్కల ప్రజలు వచ్చి స్థిరపడాలని ప్రోత్సహించి, వారికి అనేక రకాల సౌకర్యాలు కల్పించారు. ఖచ్చితంగా, ఉదయసింగ్ యొక్క ఈ పని చాలా దూరదృష్టితో కూడుకున్నది. ఇది ఉత్తర మేవార్‌పై దాడుల నుండి రాజ్యం మరియు పౌరులను రక్షించింది.

రాజ్య విస్తరణ మరియు స్నేహపూర్వక సంబంధాలు

షేర్షా మరణం తర్వాత, ఉదయసింగ్ రాజ్‌పుతానాలో తన స్థానాన్ని పటిష్టం చేసుకోవడం ప్రారంభించాడు. దీని కోసం, సమీపంలోని మేవార్ రాష్ట్రాలను అతని ప్రభావంలోకి తీసుకురావాలి. ఆ సమయంలో, చౌహాన్ రాజవంశం పాలించిన రాజస్థాన్‌లో బూండి పురాతన రాజ్యం. రావు సుర్జన్ కాలం వరకు, తూర్పు బూందీ రావులు ఏదో ఒక రూపంలో మేవార్ పాలనలో ఉండేవారు. కానీ, మేవార్ యొక్క ప్రస్తుత అస్తవ్యస్తమైన స్థితిలో, బూండి కూడా స్వతంత్రంగా మారింది. ఈ సమయంలో, రావు సుర్తాడ్ ఆ ప్రదేశానికి పాలకుడు. అతని దురాగతాలకు సామంతులు పగతో ఉండేవారు. ఈ

ముఖ్యులు ఉదయసింగ్ సహాయం కోసం విజ్ఞప్తి చేశారు. ఉదయసింగ్ ఈ అవకాశం కోసం ఎదురు చూస్తున్నాడు. బూందీలో జోక్యం చేసుకునే అవకాశం వచ్చింది. బూండి రాజవంశానికి చెందిన ఒక వీర సైనికుడు, హదా సుర్జన్, ఉదయసింగ్ సేవలో ఉండేవాడు. ఎన్నో యుద్ధాల్లో ధైర్యంగా పాల్గొన్నాడు. బూందీలో సుర్తాడ్ దురాగతాలను చూసిన ఉదయసింగ్ సుర్జన్‌ని ఆ ప్రదేశానికి రాజుగా చేయాలని నిర్ణయించుకున్నాడు మరియు అతని పట్టాభిషేక కార్యక్రమాన్ని నిర్వహించి, అతన్ని రణతంబోర్ కోటకు సంరక్షకునిగా చేసాడు. 1554లో బూందీని పట్టుకోవడానికి సైన్యంతో పాటు సుర్జన్‌ని కూడా పంపాడు. విజయం సాధించడం తప్పనిసరి అయింది. సుర్తాడ్ యుద్ధంలో ఓడిపోయి పారిపోయాడు అక్కడ నుండి, మరియు బూండి ఉదయసింగ్ పాలనలోకి వచ్చింది.

మేవార్‌కు ఉత్తరాన దుంగార్‌పూర్ రాజ్యం ఉండేది. మేవార్ భద్రత కోసం దానిని స్వాధీనం చేసుకోవడం అవసరం. అంతకుముందు 1557లో ఉదయసింగ్ తన సైన్యాన్ని దాడికి పంపాడు. బహుశా, మేవార్ ఈ యుద్ధంలో విజయవంతం కాలేదు మరియు నష్టాలను చవిచూడాల్సి వచ్చింది.

పొరుగు రాష్ట్రాలపై తన ప్రభావాన్ని స్థాపించే ఈ పనిలో, ఉదయసింగ్ దృష్టి మార్వార్‌పై పడింది. రాణా సంఘ మరణం తరువాత, మార్వార్ రాజపుతానా యొక్క అత్యంత శక్తివంతమైన రాష్ట్రంగా మారింది. మార్వార్ పాలకుడు మాల్దేవ్ కూడా ప్రతిష్టాత్మకమైన వ్యక్తి. తన ప్రాభవాన్ని పెంచుకోవడంలో తానూ బిజీగా ఉన్నాడు. అందుకే ఇద్దరూ ఢీకొనడం సహజమే. ఇద్దరూ ఒకరినొకరు తమ ప్రభావానికి గురిచేయడానికి వేచి ఉన్నారు. అకస్మాత్తుగా ఉదయసింగ్‌కి ఈ అవకాశం వచ్చింది. ఆ సమయంలో, షేర్షా సూరి కమాండర్ హాజీ ఖాన్ అల్వార్‌ను పరిపాలిస్తున్నాడు. షేర్షా మరణానంతరం ఢిల్లీలో మొఘల్ పాలన మరోసారి స్థాపించబడింది. అక్బర్ మొఘల్ చక్రవర్తి అయ్యాడు. హాజీ ఖాన్‌ను ఓడించేందుకు సైన్యాన్ని పంపాడు. సైన్యం అల్వార్ చేరుకోవడానికి ముందే, హాజీ ఖాన్ అజ్మీర్‌కు పారిపోయాడు మరియు మాల్దేవ్ అతనిని దోచుకోవడానికి తన సైన్యాన్ని పంపాడు. ఉదయసింగ్ మరియు మాల్దేవ్‌ల గొడవ హాజీ ఖాన్‌కు తెలుసు. సాయం కోసం ఉదయసింగ్‌ను అడిగాడు. ఉదయసింగ్ తన సహాయం కోసం రావ్ జైమల్ మెర్టియా, రావు సుర్జన్ మరియు దుర్గా సిసోడియాలను పంపాడు. మాల్దేవ్

సైన్యం యుద్ధం చేయకుండా తిరిగి వచ్చింది. ఈ ఘటన తర్వాత మాల్దేవ్, ఉదయసింగ్ మధ్య శత్రుత్వం మరింత పెరిగింది.

రంగరాయ్ పటార్ హాజీ ఖాన్ యొక్క ఉంపుడుగత్తె. ఆమె అందం గురించి విన్న ఉదయసింగ్ ఆమెను పొందాలని అనుకున్నాడు. అతను హాజీ ఖాన్‌కు సహాయం చేశాడు. కాబట్టి, అతను అతని నుండి రంగరాయ్ పటార్ కోసం అడిగాడు. హాజీ ఖాన్ ఆమె తన భార్య అని, ఉదయసింగ్‌కు ఇవ్వడానికి నిరాకరించాడు. సామంతులు ఉదయసింగ్ యొక్క ఈ పనిని వ్యతిరేకించారు, అయితే ఇప్పటికీ ఉదయసింగ్ హాజీ ఖాన్‌పై సైన్యాన్ని పంపాడు. ఈ సందర్భంగా హాజీ మాల్దేవ్‌ను సహాయం కోరారు. మాల్దేవ్ కూడా అవకాశం కోసం వెతుకుతున్నాడు. అతను సహాయం చేయడానికి అంగీకరించాడు. జనవరి 1557లో, హర్మారాలో, ఇరు పక్షాల సైన్యాలు సమావేశమయ్యాయి. మాల్దేవ్ యొక్క 1,500 మంది సైనికులు మరియు హాజీ ఖాన్ యొక్క 5,000 మంది పఠాన్లు ఉన్నారు, అయితే మేవార్ దీనితో పోలిస్తే సైనికులు చాలా తక్కువ. సామంతులు మళ్లీ ఉదయసింగ్‌కు యుద్ధం చేయవద్దని సూచించారు, కానీ ఉదయసింగ్ ఎవరి మాట వినలేదు. యుద్ధ ఫలితం ఊహించినట్లే వచ్చింది. ఉదయసింగ్ సైన్యం ఘోరంగా ఓడిపోయింది మరియు అతని సైనికులు చాలా మంది మరణించారు

ఈ యుద్ధం మాల్దేవ్ మరియు ఉదయసింగ్‌ల చివరి యుద్ధం కాదు. వారిద్దరూ రాజపుతానాపై తమ ఆధిపత్యాన్ని స్థాపించాలనుకున్నారు. ఖైర్వాకు చెందిన రావ్ జైత్ సింగ్ కుమార్తె మాల్దేవ్ భార్య. జైత్‌సింగ్ మరో కుమార్తెను కూడా మాల్దేవ్ పెళ్లి చేసుకోవాలనుకున్నాడు. కానీ, జైత్‌సింగ్ నిరాకరించడంతో తీవ్ర పరిణామాలు ఉంటాయని మాల్దేవ్ బెదిరించాడు. మాల్దేవ్ దాడి నుండి ఉదయసింగ్ మాత్రమే తనను రక్షించగలడని జైత్‌సింగ్ భావించాడు. కాబట్టి, అతను సహాయం కోసం ఉదయసింగ్‌కు అభ్యర్థన పంపాడు మరియు అతని కుమార్తె వివాహ ప్రతిపాదనను కూడా అతనికి పంపాడు. ఉదయసింగ్ రెండు విషయాలను అంగీకరించాడు. జైత్‌సింగ్ తన కుమార్తెతో కుంభాల్‌ఘర్ సమీపంలోని గూడ అనే గ్రామానికి చేరుకున్నాడు, అక్కడ అతని కుమార్తె ఉదయసింగ్‌తో వివాహం జరిగింది. ఈ సంఘటన తర్వాత, మాల్దేవ్‌తో అతని సంబంధాలు మరింత చేదుగా మారాయి మరియు కోపంతో నిండిన మాల్దేవ్ కుంభాల్

ఘుర్‌పై దాడి చేశాడు. మేవార్ సైన్యం ఈ దాడిని ధైర్యంగా ఎదుర్కొంది. మాల్దేవ్ సైన్యం ఓడిపోయింది మరియు అతను అక్కడి నుండి పారిపోయాడు.

సిరోహి మేవార్ సమీపంలోని మరొక రాజ్యం. మేవార్ దానిని తన ఆధీనంలోకి తెచ్చుకోగలిగితే, మేవార్ ప్రభావం పెరిగి ఉండేది. సిరోహి మేవార్ ప్రభావంలోకి వచ్చేలా జరిగిన సంఘటనల క్రమం. ఆ ప్రాంతాన్ని పాలించేవారిని ఉదయసింగ్ అని కూడా పిలుస్తారు. అతను తన కజిన్ సోదరుడు మాన్సింగ్ నుండి లోహియానా జాగీర్'ను లాక్కున్నాడు. మాన్‌సింగ్ మేవార్‌కు చెందిన ఉదయసింగ్ సేవలో ఉన్నాడు. రాణా ఉదయసింగ్ అతనికి 18 గ్రామాల జాగీర్ బహుమతిగా ఇచ్చాడు. 1562 లో, సిరోహి పాలకుడు ఉదయసింగ్ మరణించాడు మరియు మాన్సింగ్ ఆ ప్రదేశానికి పాలకుడు అయ్యాడు. ఈ ఉదాహరణలన్నింటిని బట్టి అది ప్రయత్నాలేనని రుజువైంది మేవార్‌ను బలపరిచేందుకు ఉదయసింగ్ అందంగా ఉన్నాడు అతని దూరదృష్టికి ఉదాహరణలు.

మొఘలులకు వ్యతిరేకంగా ఉదయసింగ్ యొక్క పోరాటం

ఉదయసింగ్ రాజవంశం 6వ తేదీ నుండి మేవార్‌ను పాలిస్తోంది శతాబ్దం. ఈ సమయంలో, అతను తన రాష్ట్ర ప్రభావాన్ని చాలా సమర్థవంతంగా పెంచుకున్నాడు. 1556లో అక్బర్ ఢిల్లీ సింహాసనంపై కూర్చున్నాడు. ఈ ఘటన భారత రాజకీయాలలో కొత్త మార్పు తెచ్చింది. అక్బర్ భారతదేశానికి అత్యున్నతమైన పాలకుడు కావాలని కోరుకున్నాడు. అతని ఈ ఆశయం ఉదయసింగ్‌కు అనేక సమస్యలను తెచ్చిపెట్టింది. భారతీయ రాజులందరినీ తన కిందకు తీసుకురావాలని అక్బర్ పథకం వేశాడు. అతను రాజపుత్రుల ధైర్యసాహసాలు మరియు ఇతర లక్షణాల గురించి బాగా తెలుసు. కాబట్టి, భారతదేశానికి చక్రవర్తి కావాలంటే, రాజపుత్రులను తన వైపుకు తీసుకురావడం చాలా ముఖ్యమని అతను భావించాడు. మొదటి దశగా, 1562లో, అతను ఈ రాజ్యాన్ని తన మిత్రరాజ్యంగా మార్చుకోవడానికి అమెర్‌లోని కచ్‌వాహ రాజు కుమార్తె కింగ్ మర్మల్‌ను వివాహం చేసుకున్నాడు. అదే సంవత్సరం, అతను రాజ్‌పుతానా మెర్టా రాజ్యంపై నియంత్రణను స్థాపించాడు. రాజ్‌పుత్ రాజులందరినీ అతని కిందకు తీసుకురావడానికి, ముందుగా మేవార్‌పై విజయం సాధించడం అవసరం. ఉదయసింగ్ మొఘలుల పాలనలో ఉండటానికి ఏ విధంగానూ అంగీకరించలేదు.

ఉదయసింగ్ కుమారులలో ఒకరైన శక్తిసింగ్ తన తండ్రితో విభేదించి అక్బర్ రక్షణలోకి వెళ్లాడు. ఒకసారి, అక్బర్ తన ఆస్థానంలో ఎగతాళిగా రాజులందరూ వధువులను రాజాస్థానానికి పంపారని, అయితే ఉదయసింగ్ అలా చేయలేదని చెప్పాడు. అక్బర్ మేవార్‌పై ఎప్పుడైనా దాడి చేయవచ్చని శక్తిసింగ్‌కు అర్థమైంది. 1567 సెప్టెంబరులో, అక్బర్‌కి చెప్పకుండా, శక్తిసింగ్ ధౌలాపూర్ నుండి తన తండ్రి వద్దకు వచ్చి అక్బర్ ప్లాన్ గురించి చెప్పాడు.

మేవార్ మరియు మొఘలులు సంప్రదాయ శత్రువులు. ఇది నలభై సంవత్సరాల క్రితం బాబర్ మరియు రాణా సంఘ మధ్య ప్రారంభమైంది. అక్బర్ బాబర్ కంటే చాలా ప్రతిష్టాత్మకమైనది. శక్తిసింగ్ నుండి మేవార్‌పై అక్బర్ దాడి గురించి ముందుగానే వార్త తెలుసుకున్న ఉదయసింగ్ తన రాష్ట్రంలోని ప్రముఖ పౌరులు మరియు అనుభవజ్ఞులైన సామంతులందరినీ సమావేశపరిచాడు. భవిష్యత్తులో తమపైకి వచ్చే సమస్యను ఎలా ఎదుర్కోవాలో ఆలోచించారు. ఉదయసింగ్ తన కుటుంబ సమేతంగా పశ్చిమ పర్వతాలకు వెళ్లి అక్కడి నుంచి రక్షణకు ప్రణాళికలు రూపొందించాలని సమావేశంలో నిర్ణయించారు. చిత్తోర్ కోట రక్షణ బాధ్యత జైమల్ రాథోడ్ మరియు పట్టాకు ఇవ్వబడింది మరియు 8,000 మంది రాజపుత్ర సైనికులను అక్కడ నియమించారు యుద్ధానికి కావలసిన ఆహార ధాన్యాలు మరియు ఇతర వస్తువులు కోటలో నిల్వ చేయబడ్డాయి మరియు చుట్టుపక్కల గ్రామాలన్నీ ధ్వంసమైంది. 1,000 మంది సైనికులు రైఫిల్స్‌తో కల్పి నుండి తీసుకువచ్చారు దాడి చేసిన వారిని ఆపేందుకు కోటకు వెళ్లే మార్గాల్లో బైఠాయించారు.

ఉదయసింగ్ చేసిన ఈ చర్యను చాలా మంది చరిత్రకారులు విమర్శించి, పిరికివాడు అని పిలిచినప్పటికీ, అప్పటి పరిస్థితిని చూసి, ఇది అనుచితం అని చెప్పలేము. కాకపోతే, ఈ నిర్ణయం అనుభవజ్ఞులైన వ్యక్తులు సమిష్టిగా తీసుకున్నారు, కాబట్టి దీనిని తప్పుడు నిర్ణయంగా పరిగణించడం సరైనది కాదు.

చిత్తూరుపై అక్బర్ దాడి

సెప్టెంబరు 1567లో, అక్బర్ చిత్తోర్‌ను జయించటానికి బయలుదేరాడు. చిత్తోర్ మార్గంలో శివపూర్ మరియు కోట కోటలను జయించి, గగ్రౌన్ చేరుకున్నాడు. అతని

ఇద్దరు కమాండర్లు, అసఫ్ ఖాన్ మరియు వజీర్ ఖాన్, మేవార్, మండల్‌ఘర్ యొక్క బలమైన కోటను జయించారు. మాల్వాను జయించటానికి తన సైన్యాన్ని పంపి, అక్బర్ పెద్ద సైన్యంతో చిత్తోర్ వైపు బయలుదేరాడు. 1567 అక్టోబరు 23న అతను చిత్తూరును చుట్టుముట్టాడు. చాలా రోజులు అతని సైన్యం చిత్తోర్ ముట్టడిని కొనసాగించింది. రాజపుత్రులు మొఘల్ సైన్యాన్ని ధైర్యంగా ఎదుర్కొన్నారు. అక్బర్ సైన్యం యొక్క నైతికత క్షీణించడం ప్రారంభించింది. ఇది చూసి, అతను తన సైన్యాన్ని ఒక సొరంగం మరియు 'సబా' చేయమని ఆదేశించాడు. రాజపుత్ర సైన్యం సొరంగం తయారు చేస్తున్న వారిపై మరియు మిగిలిన మొఘల్ సైన్యంపై దాడి చేయడం ప్రారంభించింది. సబత్' చేసే హస్తకళాకారుల రక్షణ కోసం మందపాటి తోలు గుడారాలను తయారు చేశారు. అయినప్పటికీ, చాలా మంది మొఘల్ హస్తకళాకారులు చంపబడ్డారు. సొరంగం నుండి, మొఘలులు అనేక ప్రదేశాలలో కోట గోడలను బద్దలు కొట్టారు, అయితే ఇప్పటికీ రాజపుత్ర సైనికులు ఆ ప్రదేశాలలో నూనె, పత్తి మరియు గన్‌పౌడర్‌లను కాల్చడం ద్వారా మొఘల్‌లను లోపలికి రాకుండా అడ్డుకున్నారు. ఈ సుదీర్ఘ పోరాటం కారణంగా కోటలో ఆహార కొరత ఏర్పడింది. ఈ యుద్ధంలో జైమాల్ అక్బర్ బుల్లెట్‌తో చనిపోయాడు.

జైమాల్ మరణంతో రాజ్‌పుత్‌లు తీవ్ర నిరాశకు గురయ్యారు. ఓటమి ఖాయమని తేలిపోయింది. దీంతో కోటలోని రాజపుత్రులు పట్టాను తమ సేనాధిపతిగా చేసుకున్నారు. తమ పిల్లలను తీసుకుని రాజపుత్ర మహిళలు అంత్యక్రియల చితిలో దూకారు. 1568 ఫిబ్రవరి 24 లేదా 25 ఉదయం, రాజపుత్రులు చివరి యుద్ధానికి సిద్ధమయ్యారు. మృత్యుభయం మరిచిపోయి, రాజపుత్రులు కోట తలుపు తెరిచి శత్రువులపై దాడి చేశారు. భీకర యుద్ధం తరువాత, మొఘల్ సైన్యం చిత్తోర్ కోటను జయించింది.

కోటను జయించిన తర్వాత కూడా అక్బర్ రక్త దాహం తీరలేదు. చిత్తోర్‌లోని ఇతర పౌరులు కూడా చిత్తోర్ కోటలో ఆశ్రయం పొందారు, వారు సుమారు 30,000 మంది ఉన్నారు. కోటలోకి ప్రవేశించిన తరువాత, అక్బర్ కోటలో ఉన్న ఈ అమాయకులందరినీ చంపమని ఆదేశించాడు, ఇది ఆ రోజు సాయంత్రం వరకు కొనసాగింది. మేవార్ చరిత్రలో

ఇంత అమానవీయమైన చర్య మరొకటి లేదు. నిస్సందేహంగా, అక్బర్ ది గ్రేట్ యొక్క ఈ పని అతని గొప్పతనానికి చీకటి మచ్చ.

ఈ యుద్ధంలో జైమాల్ మరియు పట్టా యొక్క ధైర్యసాహసాలకు అక్బర్ ముగ్ధుడయ్యాడు. ఈ ఇద్దరు ధైర్యవంతుల పరాక్రమాన్ని ఆయన చాలా గొప్పగా కొనియాడారు. వారి ధైర్యసాహసాలకు అక్బర్ ఎంతగానో ముగ్ధుడయ్యాడని, ఆగ్రా కోటలో ఈ ఇద్దరు ధైర్యవంతుల విగ్రహాలను పెట్టాడని చెబుతారు.

చిత్తోర్‌ను జయించిన మరుసటి సంవత్సరం, అక్బర్ మేవార్ యొక్క ఇతర కోట, రణతంబోర్‌ను జయించాడు. కోట సంరక్షకుడు, సూర్జన్‌సింగ్ హాడా ఉదయసింగ్‌ను విడిచిపెట్టి, అక్బర్ పాలనను అంగీకరించాడు. 1570 చివరి నాటికి, రాజ్‌పుతానాలోని ఇతర రాజులందరూ ఒక్కొక్కరుగా కూడా అక్బర్ పాలన ముందు తల వంచారు మరియు అతనికి విధేయతను అంగీకరించారు. ఉదయసింగ్ మాత్రమే అక్బర్ ముందు తలవంచడానికి అంగీకరించని పాలకుడు. మేవార్‌లోని అతి ముఖ్యమైన కోట చిత్తోర్‌ను అక్బర్ స్వాధీనం చేసుకున్నప్పటికీ, ఉదయసింగ్ తన కొత్త రాజధాని ఉదయపూర్ నుండి జీవితాంతం అక్బర్‌పై పోరాడుతూనే ఉన్నాడు

ఉదయసింగ్ జగ్మాల్‌ను యువరాజుగా మారుస్తున్నాడు

ప్రతాప్ ఉదయసింగ్ పెద్ద కుమారుడు. సంప్రదాయం ప్రకారం, పెద్ద కొడుకు సింహాసనానికి వారసుడు, కానీ ఉదయసింగ్ ఈ సంప్రదాయాన్ని పూర్తిగా విస్మరించాడు. 1570 లో, అతను కుంభాల్మేర్ వెళ్ళాడు. అక్కడ అతను తన సైన్యంలోకి సైనికులను చేర్చుకున్నాడు. ఈ సైనికులతో కలిసి గోగుండ చేరుకున్నాడు. మరుసటి సంవత్సరం, అతను గోగుండలో ఉన్నాడు. ఆ తర్వాత ఆయన ఆరోగ్యం క్షీణించడం ప్రారంభించింది అప్పుడు అతను ధీరజ్‌బాయి భాటియాని నుండి తన కొడుకు జగ్మాల్ ను యువరాజుగా చేసాడు. క్వీన్ భాటియాని అంటే ఆయనకు ప్రత్యేక అభిమానం. బహుశా, అతను ఆమె మాటపై ఇలా చేసి ఉండవచ్చు. ఈ అంశంపై వీర్ వినోద్‌లో ఇలా రాశారు –

"విక్రమి సంవత్సరం 1627 (హిజ్రీ 978, 1570)లో మహారాణా కుంభాల్మేర్ చేరుకుని, అక్కడ నుండి తన సైన్యాన్ని సేకరించి, గోగుండకు చేరుకుని 1628 విక్రమి సంవత్సరం

దసరాను అక్కడ జరుపుకున్నాడు. మార్చి నెలలో మహారాణా అనారోగ్యంతో ఉన్నప్పుడు, అతను తన కుమారుడిని జగ్మాల్‌గా చేసుకున్నాడు. క్వీన్ భాటియాని కిరీటం యువరాజు నుండి, అతను క్వీన్ భాటియాని పట్ల ప్రత్యేక ప్రేమను కలిగి ఉన్నాడు."

సంప్రదాయానికి విరుద్ధంగా తన చిన్న కొడుకును వారసుడిగా చేయడం ఖచ్చితంగా తెలివైన పని కాదు. దీన్ని చేయడానికి ముందు, ఉదయసింగ్ తన వైపుకు కొంతమంది సామంతులను తీసుకువచ్చాడు, ఆపై అతను ఈ విషయాన్ని ప్రకటించాడు. ఈ నిర్ణయం ప్రతాప్ ఆశయాలకు పెద్ద దెబ్బ కావడం సహజం, ఎందుకంటే నిజానికి అతను సింహాసనానికి వారసుడు. కానీ, తన తండ్రి జీవించి ఉన్న సమయంలో, అతను తన తండ్రి నిర్ణయానికి వ్యతిరేకంగా ఏమీ చేయలేదు.

ఉదయసింగ్ మరణం

బహుళ వివాహాల వల్ల సమస్యలు ఎప్పుడూ తలెత్తుతాయి - రాజులు మరియు చక్రవర్తులకు కూడా. మహారాజా ఉదయసింగ్‌కు 24 మంది కుమారులు. ప్రతాప్ వారిలో పెద్దవాడు మరియు సంప్రదాయం ప్రకారం, సింహాసనానికి వారసుడు. ఉదయసింగ్ యొక్క 18 మంది రాణులలో, ప్రతాప్ తల్లి పెద్దది. క్వీన్ భాటియానిపై ఉన్న ప్రేమ కారణంగా ఉదయసింగ్ రాజకుటుంబ సంప్రదాయాలను మరచిపోయాడు, అయితే సామంతులు ప్రతాప్‌కు మద్దతు ఇచ్చారు. సామంతుల నిర్ణయం అత్యున్నతమైనదిగా పరిగణించబడింది మరియు వారు ప్రతాప్‌ను సింహాసనానికి వారసుడిగా భావించారు. ప్రతాప్ కాదు, జగ్మాల్ రాజు అవుతాడని ఉదయసింగ్ నిర్ణయించుకున్నాడు. దీనికి కారణం జగ్మాల్ తల్లి చిన్న రాణి భాటియాని పట్ల ఆయనకున్న ప్రత్యేక అభిమానం. కానీ, తన నిర్ణయంపై తీవ్ర వ్యతిరేకత వస్తుందని ఆయనకు తెలుసు. అందుకే ఈ నిర్ణయాన్ని తన వద్దే ఉంచుకున్నాడు. బహుశా, మహారాజా ఉదయసింగ్ తన అనారోగ్య కారణాల వల్ల ఎక్కువ కాలం జీవించలేనని గ్రహించి ఉండవచ్చు. కాబట్టి అతను జగ్మాల్‌ను యువరాజుగా చేసాడు. కొన్ని రోజుల అనారోగ్యం తర్వాత, 28 ఫిబ్రవరి 1572న, ఉదయసింగ్ మరణించాడు.

మూడవ అధ్యాయం

మహారాణా ప్రతాప్ కిరీటం

ఉదయసింగ్ తనకు ఇష్టమైన క్వీన్ భాటియాని కుమారుడు జగ్మాల్‌ను యువరాజుగా నియమించాడు. గోగుండాలో ఉదయసింగ్ మరణించిన తర్వాత, అతని మృతదేహాన్ని దహన సంస్కారాలకు తీసుకువెళ్లినప్పుడు, జగ్మాల్ అక్కడికి వెళ్లలేదు. మేవార్ సంప్రదాయాల ప్రకారం, సింహాసనం వారసుడు మునుపటి రాజు దహన సంస్కారాలలో పాల్గొనలేదు. జగ్మాల్‌ను యువరాజుగా నియమిస్తున్నట్లు ఉదయసింగ్ చేసిన ప్రకటన గురించి చాలా మంది సామంతులకు తెలియదు. అంత్యక్రియలకు జగ్మాల్ లేకపోవడంతో వారు ఆశ్చర్యపోయారు. ఈ సమయంలో, గ్వాలియర్ రాజు రాజా రాంసింగ్, జగ్మాల్ చిన్నవాడిని అడిగాడు సోదరుడు ప్రిన్స్ సాగర్ - "జగ్మాల్ ఎక్కడ ఉంది?

"అతన్ని దివంగత మహారాణా వారసుడిగా చేసుకున్న సంగతి నీకు తెలియదా?" అని సాగర్ బదులిచ్చాడు.

రావు చురా తన రాజ్యాన్ని మేవార్‌లో విలీనం చేశాడు. అప్పటి నుండి, రాష్ట్ర రాజు సిసోడియా రాజవంశం యొక్క పెద్ద కుమారుడు, మరియు నిర్వాహకుడు చురా రాజవంశానికి చెందినవాడు. కాబట్టి, పాలకులు మహారాణులు, మరియు పరిపాలనా నాయకులు చురా రాజవంశానికి చెందినవారు. జగ్మాల్‌ను మేవార్‌కు పట్టాభిషేకం చేశారన్న విషయం గురించి తెలుసుకున్న ప్రతాప్ మామ, జలౌర్‌కు చెందిన రావ్ అఖేసింగ్, చురా మనవరాలైన రావత్ కృష్ణదాస్ మరియు రావత్ సంఘుతో ఇలా అన్నారు - "మీరు చురస్‌లు, కాబట్టి వారసుడిని ఎన్నుకునే హక్కు మీకు ఉంది. సింహాసనం. మేవార్ పరిస్థితి బాగాలేదు. అక్బర్ లాంటి బలిష్టమైన శత్రువు ఉన్నాడు. మేవార్ పరిస్థితి క్షీణిస్తోంది. ఇలాంటి పరిస్థితుల్లో ఇంట్లో గొడవలు జరిగితే రాష్ట్రం సర్వనాశనం కావడంలో సందేహం లేదు!

మేవార్ యొక్క అటువంటి ప్రతికూల పరిస్థితుల్లో, సమర్థుడైన వ్యక్తిని మేవార్‌కు పాలకునిగా చేయడం సముచితం. ప్రతాప్ అన్ని కోణాల నుండి దీనికి తగినవాడు.

ప్రబలమైన సంప్రదాయాల ప్రకారం, అతను సింహాసనానికి వారసుడు. అక్కడ ఉన్న సామంతులంతా కూడా దీనికి అనుకూలంగానే ఉన్నారు. కాబట్టి, రావత్ కృష్ణదాస్ మరియు రావత్ సంఘు తమ నిర్ణయాన్ని అందరికీ తెలియజేసారు- "అతని తప్పు కోసం సరైన వారసుడు, వీర ప్రతాప్‌సింగ్‌కు సింహాసనం నిరాకరించబడాలి?

దీని తర్వాత ప్రతాప్‌కి కొత్త ఆశ వచ్చింది. లేకుంటే మేవార్‌ని విడిచిపెట్టి వెళ్లాలనే ఆలోచనలో ఉన్నాడు. అతను మేవార్‌ను విడిచిపెట్టడం అంటే జగ్మాల్‌కి వ్యతిరేకంగా అతని హక్కుల కోసం పోరాటం ప్రారంభించడం. సామంతుల నిర్ణయం కారణంగా, ఈ పోరాటం అవసరం లేదు.

జగ్మాల్ స్థానంలో మహారాణాగా ప్రతాప్

అక్కడ జగ్మాల్ రాజుగా పట్టాభిషేకం చేసుకున్నాడు. ఉదయసింగ్ దహన సంస్కారాల తర్వాత సామంతులందరూ రాజభవనానికి వచ్చినప్పుడు, జగ్మాల్ సింహాసనంపై కూర్చున్నాడు. ప్రతాప్ రాజభవనం బయట వేచి ఉన్నాడు. మహారాణా సోదరులు సింహాసనం ముందు కూర్చున్నారు కాబట్టి సామంతులు జగ్మాల్‌ని చేతితో పట్టుకుని సింహాసనం ముందు సీటుపై కూర్చోబెట్టారు. . జగ్మాల్ ఈ అవమానాన్ని నిశ్శబ్దంగా భరించవలసి వచ్చింది, ఎందుకంటే, మొదట, సంప్రదాయాల ప్రకారం అతని స్థానం బలహీనంగా ఉంది మరియు రెండవది, అతని మద్దతుదారుల బలం కూడా చాలా తక్కువ. ఎలాంటి నిరసన లేకుండా నిర్ణీత స్థలంలో కూర్చున్నారు.

ఆ తర్వాత ప్రతాప్‌ని రాజభవనం లోపలికి పిలిచి సింహాసనంపై కూర్చోబెట్టి, సకల ఆచార వ్యవహారాలతో రాజుగా పట్టాభిషేకం చేయగా, "ప్రతాప్‌రావుగారి జయంతి" అనే ఆర్తనాదాలతో ఆకాశం ప్రతిధ్వనించింది. దీని తరువాత, ప్రతాప్ మేవార్ మహారాణా అయ్యాడు. మేవార్ సంప్రదాయాల ప్రకారం అతను తన సభికులకు బహుమతులు ఇచ్చాడు. ఈ విధంగా, జగ్మాల్ రాజు కావాలని కలలుకంటున్నాడు మరియు ప్రతాప్ ఎక్కడ ఆలోచిస్తున్నాడు రాజ్యాన్ని విడిచిపెట్టి, దానికి విరుద్ధంగా జరిగింది. ప్రతాప్ మేవార్ మహారాణా అయ్యాడు మరియు జగ్మాల్ నిశ్శబ్దంగా మాత్రమే చూడగలిగాడు. ఈ సంఘటనలన్నీ 28 ఫిబ్రవరి 1572న జరిగాయి, ఎందుకంటే మేవార్‌లో మునుపటి రాజు మరణించిన రోజునే తదుపరి రాజును ఎన్నుకున్నారు.

మొఘలుల రక్షణలో జగ్మాల్

జగ్మాల్ ఈ అవమానాన్ని మరిచిపోలేదు. మేవార్‌లో దీనిపై బహిరంగంగా నిరసన వ్యక్తం చేయనప్పటికీ, మేవార్‌లో ఉండడం ఆయనకు కష్టంగా మారింది. కాబట్టి, అతను మేవార్‌ను విడిచిపెట్టి, అజ్మీర్‌లోని మొఘల్ సుబేదార్ సేవకు వెళ్లాడు. దీంతో మొఘల్ సుబేదార్ చాలా సంతోషించాడు. అతను సంతోషంగా జగ్మాల్‌కి ఆశ్రయం ఇచ్చాడు. తగిన సమయంలో, జగ్మాల్ అక్బర్ వద్దకు వెళ్ళాడు. అక్బర్ అతనికి జహజ్‌పూర్ జాగీర్ ను బహుమతిగా ఇచ్చాడు. దీని తరువాత, 1583లో, అక్బర్ అనుమతితో అతనికి సిరోహి రాజ్యం కూడా ఇవ్వబడింది. ఇలా చేయడం ద్వారా ఒకే దెబ్బకు రెండు పిట్టలను చంపాలని అక్బర్ ప్రయత్నిస్తున్నాడని ఇక్కడ గమనించాలి. ఒక వైపు, అతను మేవార్ రాజకుటుంబంలో శత్రుత్వాన్ని ప్రోత్సహిస్తూ, మరోవైపు, జగ్మాల్‌కి సగం సిరోహిని ఇవ్వడం ద్వారా, అతను తన బావను కూడా తన శత్రువుగా చేసుకున్నాడు. ఇప్పటి వరకు, సిరోహిలో జగ్మాల్ మామగారు రావ్ మాన్‌సింగ్ పాలన. సిరోహి రాజ్యం కూడా జగ్మాల్‌కు అదృష్టంగా మారలేదు. అతని బావ రావ్ సుర్తాన్ అతనికి శత్రువు అయ్యాడు. వారిద్దరి మధ్య శత్రుత్వం తీవ్ర రూపం దాల్చింది. 1583లో, దత్తాని యుద్ధంలో, జగ్మాల్ అతని బావచేత చంపబడ్డాడు.

మహారాణా ప్రతాప్ ఎదుర్కొన్న ప్రారంభ ఇబ్బందులు

మహారాణా ప్రతాప్ మేవార్ సింహాసనంపై కూర్చున్న సమయంలో, రాష్ట్ర పరిస్థితి చాలా దారుణంగా మారింది. సుదీర్ఘ యుద్ధాల కారణంగా, మేవార్ పేద మరియు వనరులు లేనిదిగా మారింది. ఆర్థిక వ్యవస్థ మరియు వాణిజ్యం అస్తవ్యస్తంగా మారడం వల్ల, ప్రజా జీవితం కూడా అస్తవ్యస్తంగా మారింది. రోడ్లు తెగిపోయాయి. అభివృద్ధి పనులన్నీ నిలిచిపోయాయి. మేవార్ సారవంతమైన భూమి అంతా మొఘలుల ఆధీనంలోకి వెళ్లిపోయింది. మేవార్ యొక్క తూర్పు సరిహద్దు ప్రాంతాలు - బెద్నౌర్, షాహపురా మరియు రైలా కూడా మొఘల్ నియంత్రణలో ఉంది. ఈ ప్రాంతాల్లో మొఘల్ పాలన ప్రభావం పెరుగుతోంది. మొఘల్ చక్రవర్తి అజ్మీర్ మసీదు కోసం గ్రాంట్ ఇస్తున్నాడు. ఇవన్నీ ప్రతాప్‌కు ఆందోళన కలిగించే అంశాలు.

సంక్షిప్తంగా, ప్రతాప్ మేవార్ యొక్క అసంఘటిత రాష్ట్రాన్ని మరియు అక్బర్ వంటి బలమైన శత్రువును వారసత్వంగా పొందాడు. ఇప్పుడు అతని ముందున్న మొదటి సమస్య భవిష్యత్తు కోసం ఒక విధానాన్ని రూపొందించడం

రాజధాని మార్పు, కొత్త కార్యక్రమాలు

ముందే చెప్పినట్లు చిత్తూరు వెళ్లిపోయారు మొఘలుల పాలనలో మరియు ప్రతాప్ గోగుండలో రాజుగా పట్టాభిషేకం చేయబడ్డాడు. తన పట్టాభిషేకం తరువాత, మహారాణా ప్రతాప్ కుంభాల్గర్ పర్వతాలలోకి వెళ్ళాడు. ఇక్కడ, అతను కుంభాల్ఘర్ కోటను తన కొత్త తాత్కాలిక రాజధానిగా చేసుకున్నాడు. ఇక్కడ అతను సరైన, సాంప్రదాయ వేడుకలో పట్టాభిషేకం చేయబడ్డాడు. కుంభాల్ఘర్‌లో జరిగిన ఈ వేడుకలో జోధ్‌పూర్ రావు, ప్రతాప్ మామ అయిన చంద్రసేన్ కూడా పాల్గొన్నారు. ఇద్దరి మధ్య ఎంతో ఆప్యాయత నెలకొంది. ఆ తర్వాత వారి మధ్య పరస్పర అనురాగం, బంధం మరింత బలపడింది. అక్బర్ తన గూఢచారుల ద్వారా ఈ సమావేశం గురించి తెలుసుకున్నాడు. ప్రతాప్ బూండి, దుంగార్‌పూర్, బన్స్వారా, రణతంబోర్‌లోని చౌహాన్‌లతో మరియు ఈదార్ మరియు సిరోహికి చెందిన దేవదాస్‌తో స్నేహపూర్వక సంబంధాలను ఏర్పరచుకున్నాడు. ఒకరితో అతని ఒప్పందం విచ్ఛిన్నమైతే, అతను మరొకరితో కొత్త ఒప్పందాన్ని ఏర్పాటు చేస్తాడు. మొఘల్ చక్రవర్తితో ఎప్పుడైనా యుద్ధం జరుగుతుందనే విషయం అతనికి పూర్తిగా తెలుసు. కాబట్టి, అతను సమీప రాష్ట్రాల పాలకులతో స్నేహపూర్వక విధానాన్ని ఏర్పరచుకున్నాడు, తద్వారా భవిష్యత్తులో వారు ఎలాంటి మొఘల్ దాడిని సమిష్టిగా ఎదుర్కోవచ్చు మరియు మేవార్‌పై మాత్రమే దృష్టి సారించే దాడి లేదు. దీనితో పాటు, అతను తన సైనిక బలాన్ని పెంచుకున్నాడు. ఈ వార్తలన్నీ అక్బర్‌కు చేరాయి. దీంతో ఆయన ఆందోళన చెందడం సహజం. అతను మేవార్‌లోని కొన్ని ప్రాంతాలపై తన పాలనను స్థాపించినప్పటికీ, మేవార్ ఇప్పటికీ తన పాలనను అంగీకరించలేదు, అయితే అతను మేవార్‌ను తన పాలనలోకి తీసుకురావాలనే ఉద్దేశంతో ఉన్నాడు. అతను మహారాణా ప్రతాప్ యొక్క ఈ కార్యకలాపాలన్నింటినీ, ముఖ్యంగా రావు చంద్రసేన్‌తో అతని సాన్నిహిత్యం,

సృష్టించినట్లు చూశాడు భవిష్యత్తులో అతనికి సమస్య. అతను దీనిని సిసోడియాలు మరియు రాథోర్ల పునరేకీకరణగా భావించాడు. దీన్ని అరికట్టాల్సిన అవసరం ఏర్పడింది. కాబట్టి అతను జోధ్‌పూర్ మరియు ఈదర్ యొక్క మొఘల్ స్థావరాలను బలోపేతం చేశాడు మరియు రెండు స్థావరాలను వేరు చేశాడు. దీని వల్ల మహారాణా ప్రతాప్ పరిస్థితి బలహీనంగా మారింది.

దీంతో ప్రతాప్ నిరాశ చెందలేదు. మొఘల్లకు వ్యతిరేకంగా సుదీర్ఘకాలంగా సాగుతున్న యుద్ధం కారణంగా, మేవార్ ప్రజలు నిరాశకు గురయ్యారు. ప్రతాప్ చేసిన మొదటి పని తన ప్రజల మనస్సుల నుండి ఈ ప్రతికూల భావనను తొలగించడం. అందువల్ల, కుంభాల్‌ఘర్‌ను తన రాజ్యంగా చేసుకున్న తర్వాత, మొదటగా, అతను మేవార్ ప్రజలలో కొత్త ప్రోత్సాహాన్ని నింపడానికి ప్రయత్నించాడు. దీని వల్ల మేవార్ ప్రజల్లో దేశం పట్ల, జాతి పట్ల దేశభక్తి భావం ఏర్పడింది. వీరంతా తమ ఆత్మగౌరవాన్ని, గౌరవాన్ని కాపాడుకునేందుకు సిద్ధమయ్యారు. మేవార్ అడవుల్లో నివసించే గిరిజనులు కూడా తమ దేశ స్వాతంత్ర్యాన్ని కాపాడుకునేందుకు ప్రోత్సహించబడ్డారు. ఎలాంటి పరిస్థితులనైనా ఎదుర్కొనేందుకు, మేవార్ స్వాతంత్ర్యాన్ని, గౌరవాన్ని కాపాడేందుకు ప్రజలంతా కలిసి నిలబడాలని నిర్ణయించుకున్నారు. మేవార్‌లో కొత్త శకానికి పునాదులు పడుతున్నాయి.

రెండు ప్రత్యామ్నాయాలు: మొఘల్‌లతో ఒక ఒప్పందం లేదా వివాదం

ఈ సమయంలో, అక్బర్ తన సామ్రాజ్యాన్ని విస్తరించడంలో బిజీగా ఉన్నాడు. అతను తెలివైన రాజకీయ నాయకుడు. సమర్థుడైన పాలకుడికి అవసరమైన జాగ్రత్త, ధైర్యం మరియు ఇతర మంచి లక్షణాలు అతని పాత్రలో ఉన్నాయి. రాజపుత్రులందరినీ తన పాలనలోకి తీసుకురావాలనుకున్నాడు. అతని సామ్రాజ్యపు పునాది దీని ద్వారా మాత్రమే బలపడుతుంది. నిజానికి, అతను నిజమైన సామ్రాజ్యవాది. మరోవైపు, మహారాణా ప్రతాప్ మేవార్‌ను ఎప్పటికీ స్వతంత్రంగా ఉంచాలని కోరుకున్నాడు మరియు అతను దీనిని తన విధిగా భావించాడు. మొఘలుల పాలనను అంగీకరించడం

అంటే మేవార్ స్వాతంత్ర్యానికి ముగింపు అని అతను పూర్తిగా అర్థం చేసుకున్నాడు. ఇలా చేయడం వల్ల యుద్ధాల నుండి విముక్తి పొంది ప్రశాంతమైన జీవితం గడిపేవాడు, కానీ మహారాణా అనే పదం అతని పేరుకు అర్థం లేకుండా పోతుంది మరియు అతను అక్బర్ కింద కేవలం భూస్వామిగా మారాడు.

చాలా మంది రాజపుత్రులు మొఘలుల పాలనను అంగీకరించారు మరియు వారి కుమార్తెలు లేదా సోదరీమణులను అక్బర్‌తో వివాహం చేసుకున్నారు. మహారాణా ప్రతాప్ దీనిని అత్యంత అవమానకరమైన విషయంగా భావించారు. అలాగే, తన పూర్వీకులు దీనిని ఎప్పటినుంచో వ్యతిరేకించేవారు, అందుకే ఇలా చేయడం ద్వారా తన పూర్వీకుల పేరు మీద చీకటి మచ్చ వేయకూడదనుకున్నాడు. అక్బర్ ఏకపక్ష వివాహాలకు అనుకూలంగా లేరన్నది వేరే విషయం. రాజపుత్ర రాజులు మొఘల్ యువరాణులను కూడా వివాహం చేసుకోవాలని అతను కోరుకున్నాడు. అక్బర్ రాజ్ పుత్ రాజుల ముందు అలాంటి వివాహాల కోసం ప్రతిపాదనలు పెట్టాడని, అయితే వారి రక్తం యొక్క స్వచ్ఛతను కాపాడుకోవడానికి లేదా ఇతర కారణాల వల్ల రాజపుత్రులు దీన్ని చేయడానికి అంగీకరించలేదని వీర్ వినోద్‌లో వ్రాయబడింది. రాజ్‌పుత్ రాజులు తమ సోదరీమణులు మరియు కుమార్తెలను మొఘల్ చక్రవర్తికి వివాహం చేయడంలో అవమానంగా భావించలేదు, కానీ ముస్లిం యువరాణిని వివాహం చేసుకోవడం వారి ప్రతిష్టకు విరుద్ధంగా అనిపించింది, అయితే ముస్లిం మహిళను ఒక వ్యక్తిగా ఉంచడానికి ఎటువంటి ఆంక్షలు లేవు ఉపభార్య.

ఈ వాస్తవాల గురించి ఆలోచిస్తూ, మహారాణా ప్రతాప్ మొఘలులకు లొంగిపోవడాన్ని ఎన్నటికీ అంగీకరించకూడదని నిర్ణయించుకున్నాడు. ఒకవైపు పోరాట మార్గం, మరోవైపు అవమానకరమైన జీవితాన్ని పణంగా పెట్టి సుఖాలు ఉండేవి. ఒక ఒప్పందం మరియు సంఘర్షణ రెండింటిలోనూ బాధ ఉంది; కానీ సంఘర్షణ మార్గం, గొప్ప బాధను ఇస్తూ, ఆత్మగౌరవం మరియు కీర్తిని కలిగి ఉంటుంది. గొప్ప వ్యక్తులకు ఆత్మగౌరవం ఉన్న జీవితం చాలా ముఖ్యమైనది. పోరాట మార్గాన్ని, ఆత్మగౌరవాన్ని కూడా అనుసరించాలని నిర్ణయించుకున్నారు.

అక్బర్ స్నేహపూర్వక సంబంధాల కోసం చేసిన ప్రయత్నాలు

భారతదేశం మొత్తానికి చక్రవర్తి కావాలనేది అక్బర్ యొక్క ఏకైక ఆశయం. చిత్తోర్‌పై విజయం సాధించిన తర్వాత, అక్బర్ మేవార్‌కు వ్యతిరేకంగా ప్రచారాన్ని నిలిపివేశాడు. బహుశా, అతను ఢిల్లీ చక్రవర్తితో స్నేహపూర్వక సంబంధాలు కలిగి ఉండటం వల్ల మేవార్ మహారాణాకు ప్రయోజనం ఉందని ఆలోచించడానికి సమయం ఇవ్వాలని కోరుకున్నాడు. ఈ సమయంలో, ప్రతాప్ రెండు ముఖ్యమైన ప్రదర్శనలు ఇచ్చాడు

పనులు - మొదటిది, భవిష్యత్తులో జరగబోయే యుద్ధాన్ని దృష్టిలో ఉంచుకుని, అతను తన పని ప్రాంతాన్ని నిర్ణయించుకున్నాడు మరియు రెండవది, పొరుగు రాష్ట్రాలతో స్నేహపూర్వక సంబంధాలను ఏర్పరచుకున్నాడు, తద్వారా మొఘలుల ద్వారా మేవార్‌పై వీలైనంత తక్కువ ఒత్తిడి ఉంటుంది.

అక్బర్ మేవార్‌కు వ్యతిరేకంగా తన ప్రచారాన్ని ఆపడానికి మరొక ముఖ్యమైన కారణం ఏమిటంటే, 1572 వరకు అక్బర్ గుజరాత్ మొత్తం మీద తన పాలనను స్థాపించలేకపోయాడు. కాబట్టి, ముందుగా గుజరాత్‌ను తన ఆధీనంలోకి తీసుకోవాలి. ఉదయసింగ్‌తో జరిగిన యుద్ధంలో అతనికి ప్రత్యేక విజయం లేదు. కాబట్టి, మేవార్ యొక్క కొత్త మహారాణా ఎటువంటి యుద్ధం లేకుండా తన పాలనను అంగీకరించాలని అతను కోరుకున్నాడు. ఇందుకోసం తనవంతుగా ప్రయత్నాలు మొదలుపెట్టాడు. అతని ఈ ప్రణాళికపై పని చేస్తూ, క్రింద వివరించిన మహారాణా ప్రతాప్‌కు అతను నాలుగు సార్లు ఒప్పందం కోసం ప్రతిపాదనలు పంపాడు:

జలాల్ ఖాన్ కోర్చి ద్వారా ఒప్పందం కోసం ప్రతిపాదన

మహారాణా ప్రతాప్ సింహాసనంపై కూర్చున్న ఆరు నెలలలోపే, సెప్టెంబరు 1572లో, అక్బర్ ఒప్పందం కోసం తన మొదటి ప్రతిపాదనను అతనికి పంపాడు. ఈ ప్రతిపాదనను వారితో తీసుకెళ్లి, జలాల్ ఖాన్ నేతృత్వంలోని బృందం ప్రతాప్ వద్దకు వెళ్లింది. జలాల్ ఖాన్ కోర్చి అక్బర్ యొక్క అత్యంత తెలివైన మరియు నమ్మకమైన సభికుడు.

మహారాణా అతనికి తగిన గౌరవం ఇచ్చారు, కానీ ఈ ఒప్పంద ప్రతిపాదన ఎటువంటి ఫలితాన్ని ఇవ్వలేదు. రెండు పార్టీల మధ్య దాదాపు రెండు నెలలపాటు చర్చలు సాగాయి మరియు నవంబర్ 1572లో ఈ బృందం తిరిగి వచ్చింది. ఈ సమయంలో అక్బర్ అహ్మదాబాద్‌లో ఉన్నాడు. శాంతి ప్రతిపాదన విఫలమైన తరువాత, అతను విచారంగా ఉన్నాడు, సందేహం లేదు, కానీ అతను నిరాశ చెందలేదు. దీని తర్వాత కూడా అతను ఒప్పందం కోసం ప్రతిపాదనలు పంపుతూనే ఉన్నాడు.

మాన్‌సింగ్ ద్వారా ఒప్పందానికి ప్రతిపాదన

మొదటి ప్రతిపాదన విఫలమైన తరువాత, అక్బర్ ఒక రాజ్‌పుత్‌ని మహారాణా ప్రతాప్ కు ప్రతిపాదనతో పంపడం మంచిదని భావించాడు. దీని వెనుక అక్బర్ పెద్ద దౌత్య ప్రణాళిక ఉంది. ముందుగా, ఎక్కువ ఉండే అవకాశం ఎక్కువగా ఉందిఅదే కులానికి చెందిన వ్యక్తి ప్రతాప్‌పై ప్రభావం చూపుతుంది మరియు అదే కులానికి చెందిన వ్యక్తితో ఎక్కువ ఫీలింగ్ ఉంటుంది. ఇందులో విజయం సాధించకపోతే, అదే కులానికి చెందిన వ్యక్తిని అవమానించినందుకు ప్రతాప్‌పై రాజపుత్రులకు కోపం రావడం సహజమే. ఇది అక్బర్‌కు ప్రయోజనకరంగా ఉండేది. అయితే, మహారాణా ప్రతాప్ తన ప్రతిపాదనలకు ఎప్పటికీ అంగీకరించడని అక్బర్ నమ్మాడు. కాబట్టి, ఈ ప్రతిపాదనలు పంపడం ద్వారా, అతను తనను తాను శాంతి న్యాయవాదిగా మరియు ప్రతాప్ మొండి మనిషిగా నిరూపించుకోవాలనుకున్నాడు.

చాలా ఆలోచించిన తర్వాత, అక్బర్ ఈ పని కోసం మాన్సింగ్‌ను పంపాలని నిర్ణయించుకున్నాడు. అతను మొఘలుల సేవలోకి రాకముందు, మేవార్‌తో అత్యంత సన్నిహిత సంబంధాలను కలిగి ఉన్న ఉన్నత కులస్థుడైన రాజపుత్రుడు. ప్రతాప్ అదే కులం కాకుండా, అతను అక్బర్ యొక్క బంధువు కూడా, ఎందుకంటే అతని తండ్రి అత్త జోధాబాయి అక్బర్‌ను వివాహం చేసుకుంది. 1573లో, షోలాపూర్‌లో విజయం సాధించిన తర్వాత, మాన్‌సింగ్ దుంగార్‌పూర్ మరియు సలుంబర్ మీదుగా ఉదయపూర్ వైపు వెళ్ళాడు. ఆ సమయంలో మహారాణా ప్రతాప్ ఉదయపూర్‌లో

ఉన్నారు. సాలుంబర్ సామంతుడికి మాన్సింగ్ కోరిక గురించి తెలిసింది. అతను ఈ వార్తను మహారాణాకు పంపాడు మరియు అతను మాన్సింగ్‌ను కలవడానికి నిరాకరించాలని సూచించాడు. మాన్‌సింగ్ చర్యలు మరియు అతని ఉద్దేశం గురించి తెలిసినా, మహారాణా ప్రతాప్ అతనిని కలవడానికి నిరాకరించడం ద్వారా రాజ్ పుతానాలోని ఇతర పాలకులకు కోపం తెప్పించాలనుకోలేదు. అందువల్ల, అతను జూన్ 1573లో ఉదయపూర్ చేరుకున్నప్పుడు మాన్సింగ్‌ను గౌరవంగా పలకరించాడు. వారు సద్భావన వాతావరణంలో చర్చలు జరిపారు. ఆ సమయంలో, ప్రతాప్ మంత్రులందరూ మరియు యువరాజు అమర్‌సింగ్ కూడా అక్కడ ఉన్నారు.

ఈ చర్చలో, మాన్సింగ్ అక్బర్ యొక్క లౌకిక విధానాన్ని మరియు రాజపుత్ర యువరాణులతో వివాహాల విధానాన్ని ప్రశంసించాడు మరియు అక్బర్‌ను భారతదేశ చక్రవర్తిగా అంగీకరించి అతనితో స్నేహపూర్వక సంబంధాలు కలిగి ఉండాలని ప్రతాప్‌కు సూచించాడు. కానీ, ప్రతాప్ మొఘలులకు లొంగిపోవడాన్ని అంగీకరించడానికి నిరాకరించాడు మరియు అక్బర్ కోర్టుకు వెళ్లడానికి నిరాకరించాడు.

విభిన్న అభిప్రాయాలు

మహారాణా ప్రతాప్ మరియు మాన్‌సింగ్‌ల ఈ సమావేశం గురించి చాలా విషయాలు చెప్పబడ్డాయి. రాజస్థాన్‌లోని ఒక ప్రసిద్ధ కథనం ప్రకారం, సమావేశం తర్వాత, మహారాణా ప్రతాప్ ఉదయసాగర్ సరస్సు ఒడ్డున మాన్‌సింగ్‌కు పార్టీ ఇచ్చాడు. విందు సమయంలో, మహారాణా కడుపునొప్పిని సాకుగా చూపి, యువరాజు అమర్‌సింగ్‌ను అక్కడికి పంపాడు. ప్రతాప్ తన మరియు మేవార్ ఆత్మగౌరవానికి వ్యతిరేకంగా ఉండే అటువంటి షరతులను ఎన్నటికీ అంగీకరించలేడు. అందుకే డిన్నర్‌కి వెళ్లకూడదని నిర్ణయించుకున్నాడు. కడుపునొప్పి వల్ల మహారాణా రాలేకపోయానని అమర్‌సింగ్ చెప్పగా, మాన్‌సింగ్ రావాలని పట్టుబట్టాడు. చివరికి, ప్రతాప్ అతనితో విందు చేయడానికి నిరాకరించాడు, ఎందుకంటే మహారాణా ప్రతాప్ తన సోదరీమణులను అక్బర్‌తో వివాహం చేసుకున్న కారణంగా అతనిని బహిష్కరించాడు. దానికి మాన్‌సింగ్

ప్రతాప్‌ని సవాలు చేస్తూ - "ఈ కడుపునొప్పికి మందు నాకు బాగా తెలుసు. ఇప్పటి వరకు నీ క్షేమం కోరుకున్నాం కానీ ఇప్పుడు నువ్వు జాగ్రత్తగా ఉండు." ఇలా తన ఆత్మగౌరవానికి అనుగుణంగా ప్రతాప్ పెట్టిన షరతులకు అక్బర్ అంగీకరించకపోవడంతో రాజీ చర్చల పరంపర కూడా ఆగిపోయింది.

మాన్‌సింగ్ యుద్ధం గురించి స్పష్టమైన హెచ్చరిక ఇవ్వడంతో, ఒక రాజపుత్రుడు అన్నాడు - "మీ నాన్నగారి అత్త భర్తను కూడా మీతో తీసుకురండి" మరియు మహారాణా సందేశం పంపారు - "మీరు మీ సైన్యంతో వస్తే, మేము మిమ్మల్ని మల్పురాలో స్వాగతిస్తాము మరియు మీరు వచ్చినట్లయితే మీ నాన్నగారి అత్త భర్త బలం ఆధారం, అప్పుడు మాకు ఎక్కడ అవకాశం దొరికినా మేము మిమ్మల్ని స్వాగతిస్తాం." అవమానించిన మాన్‌సింగ్ వెనక్కి వెళ్లిపోయాడు. మాన్‌సింగ్ గౌరవార్థం వండిన ఆహారాన్ని సరస్సులో విసిరి, పార్టీ జరిగిన భూమిని తవ్వి, గంగానదిలోని పవిత్ర జలాన్ని అక్కడ చల్లారు.

రాజప్రశాస్తి మరియు వంశభాస్కర్ వంటి ఇతిహాసాలలో, ఈ సంఘటన దాదాపు అదే విధంగా క్లుప్తంగా వివరించబడింది. రాజప్రశాస్తి అనే ఇతిహాసంలో, విందు సమయంలో, మహారాణా మరియు మాన్‌సింగ్‌ల మధ్య కొన్ని కారణాల వల్ల వివాదం తలెత్తిందని ఇంత మాత్రమే వ్రాయబడింది. రచించిన చారిత్రక ఇతిహాసంలోజైసింగ్‌పై రామ్‌కవి, విందు సమయంలో మాన్‌సింగ్ మహారాణాతో, "మీరు భోజనం చేయనప్పుడు, నేను ఎందుకు తినాలి?" అని వర్ణించారు. మహారాణా, "కున్వర్, మీరు ఆహారం తినండి, నాకు కడుపు సమస్య ఉంది, నేను తరువాత తింటాను." నీ పొట్టకు 'చురన్' ఇస్తాను ' ' అన్నాడు మాన్సింగ్. ఆ తరువాత, అతను తన ముందు ఉన్న భోజనం ప్లేట్ పక్కన పెట్టి, తన సహచరులతో కలిసి లేచి నిలబడ్డాడు. రుమాలుతో చేతులు తుడుచుకుంటూ, "మొన్న వచ్చినప్పుడు నోరు కడుక్కుంటాను" అన్నాడు.

రానా సౌన్ భోజన సమయ్, గహి మాన్ యే బాన్.

హమ్ క్యోం జేపైన్ ఆఫు, జీవవంత్ హో కిన్ ఆన్.

కున్వర్ ఆప్ ఆరో గియే, రానా భక్యో హేరీ.

మోహి గరని కచు, అబ్బే జేయిూహు౹ ఫేరీ। కహీ

గరానీ కి కున్వర్, భాయి గరానీ జోహి. అటక్ నహిం కర్ దేయుంగో, తరణ్ చురన్

తోహి.దియో తేలీ కన్సో కన్వర్, ఉతే సాహిత్ నిజ్ సాథ్.

చులు ఆన్ భారీ హాన్ కహ్యో, ఖోంచ్ రుమలన్ హాత్.

చాలా మంది చరిత్రకారులు కూడా మాన్‌సింగ్‌ను మహారాణా అవమానించిన కథను నిజమని భావించరు. 'రాజపుతానా చరిత్ర'లో కల్నల్ టాడ్ ప్రస్తావించడం సరికాదని, ఎందుకంటే ఇది ఆనాటి జానపద కథల ఆధారంగా ఉందని వారి అభిప్రాయం. కాబట్టి ఈ కథ నిరూపించబడదు.

అప్పటి ప్రతాప్ విధానాలను విశ్లేషిస్తే, ఈ సంఘటనలు నిజం కావు. ఆ సమయంలో, ప్రతాప్ మేవార్ అంతర్గత సంస్థ మరియు బలోపేతం చేయడంలో నిమగ్నమై ఉన్నందున, తన శత్రువులకు వారి పరస్పర శత్రుత్వం తీవ్ర మలుపు తీసుకునే అవకాశం ఇవ్వడానికి ఇష్టపడలేదు. అప్పుడు మాన్‌సింగ్ కేవలం యువరాజు మాత్రమే, ప్రతాప్ అతనితో భోజనానికి కూర్చోకపోతే, అది అతనికి అవమానకరమైన విషయం కాదు, అంతేకాకుండా, ప్రిన్స్ అమర్‌సింగ్ అతనితో విందు చేయడానికి కూర్చున్నాడు. మాన్‌సింగ్ అవమానించబడ్డాడు అనే కథ తప్పు అని రుజువు చేసే అతి పెద్ద వాస్తవం ఏమిటంటే, ఈ సంఘటన తర్వాత అక్బర్ మళ్లీ ప్రతాప్‌కు ఒప్పందం కోసం ప్రతిపాదన పంపాడు. అలాంటి అవమానం ఏదైనా జరిగి ఉంటే, అక్బర్ సంధి ప్రతిపాదనతో భగవాన్‌దాస్‌ను పంపేవాడు కాదు కొన్ని నెలల తర్వాత, బదులుగా మేవార్‌పై దాడి చేసి ఉండేది. అంతే కాకుండా ఆనాటి ముస్లిం చరిత్రకారులెవరూ ఈ ఘటనను ప్రస్తావించలేదు.

అక్బర్ సమర్పించిన గౌరవ వస్త్రాన్ని (ఖిలాత్) మహారాణా ప్రతాప్ ధరించాడని, అయితే అక్బర్ కోర్టులో హాజరు కావడానికి అతను నిరాకరించాడని అబుల్ ఫజల్ మరియు ముత్మిద్ ఖాన్ రాశారు. ఈ వర్ణన పూర్తిగా నమ్మశక్యం కానిదిగా ఉంది. ప్రతాప్ ఆ

వస్త్రాన్ని ధరించలేదని వీర్ వినోద్‌లో స్పష్టంగా రాసి ఉంది. ప్రతాప్ ఆ వస్త్రాన్ని ధరించాడనే విషయాన్ని అప్పటి చరిత్రకారులెవరూ ధృవీకరించలేదు. సర్ థామస్ రో మరియు రాల్ఫ్‌చ్ ప్రతాప్ మాన్సింగ్ ముందు ఏ విధంగానూ తలవంచలేదని స్పష్టంగా రాశారు. కాబట్టి, అబుల్ ఫజల్ యొక్క ఈ వర్ణన పూర్తిగా అవాస్తవమని అనిపిస్తుంది, ఎందుకంటే మహారాణా ప్రతాప్ దీన్ని చేసి ఉంటే, అక్బర్ దీన్ని ఎందుకు అంగీకరించలేదు? ఒప్పంద ప్రతిపాదనల పరంపర ఎందుకు కొనసాగింది? మాన్‌సింగ్, మహారాణా ప్రతాప్‌ల మధ్య ఎలాంటి ఒప్పందం కుదరలేదని ఈ మేరకు స్పష్టమైంది. కాబట్టి, మాన్‌సింగ్ కూడా విఫలమయ్యాడు.

భగవందాస్ ద్వారా సంధి ప్రతిపాదన

కోర్చి మరియు మాన్‌సింగ్ ఇద్దరూ ప్రతాప్‌ను మొఘల్ సామ్రాజ్యం కిందకు తీసుకురాలేకపోయారు. రెండుసార్లు విఫలమైన తరువాత, అక్బర్ మాన్సింగ్ తండ్రి భగవందాస్‌ను మహారాణాకు పంపాలని నిర్ణయించుకున్నాడు మరియు సెప్టెంబరు-అక్టోబర్ 1573లో, అహ్మదాబాద్ విజయం తర్వాత, అతను మహారాణాను కలవమని ఆదేశించాడు. భగవందాస్ తన సైన్యంతో బయలుదేరాడు. మహారాణాకు తన బలాన్ని రుజువు చేయడానికి, అతను దారిలో బద్‌నగర్, రావలియా మొదలైన ప్రాంతాలను జయించాడు. ఈ విజయాల తర్వాత ఆయన ఈదరకు చేరుకున్నారు. ఈదరలో, అతను నారాయణదాసు రాజుకు అతిథి అయ్యాడు. అక్కడ ఆయనకు తగిన గౌరవం లభించింది. మహారాణా ప్రతాప్ ఈ సమయంలో గోగుండలో ఉన్నాడు, కాబట్టి భగవాన్ దాస్ ఈదార్ నుండి గోగుండ చేరుకున్నాడు.

మళ్లీ ఇద్దరి మధ్య రాజీ చర్చలు మొదలయ్యాయి. ప్రతాప్ రాజపుత్రుడిగా భగవందాస్ కు తగిన గౌరవం ఇచ్చాడు, కానీ మొఘలుల దూతగా కాదు. ఈసారి కూడా, ప్రతాప్ అక్బర్ లొంగదీసుకోవడాన్ని అంగీకరించడానికి సిద్ధంగా లేడు తన కోర్టులో హాజరు కావడానికి నిరాకరించాడు. కాబట్టి, అక్బర్ యొక్క ఈ ప్రయత్నం కూడా ఫలించలేదు

తోడర్మల్ ద్వారా సంధి ప్రతిపాదన

ఒప్పందం కోసం మూడు ప్రతిపాదనలు విఫలమైన తర్వాత కూడా, అక్బర్ ప్రయత్నిస్తూనే ఉన్నాడు. అతను డిసెంబర్ 1573లో తన నాల్గవ ప్రతిపాదనను

తోడర్మల్‌తో పంపాడు. రాజు తోడర్మల్ సమర్థుడైన కమాండర్ మరియు తెలివైన రాజకీయ నాయకుడు. అతను ఉన్నత కులానికి చెందిన హిందువు. మునుపటి మూడు బృందాలు చేయలేని పని, తోడరమల్ చేయగలదని అక్బర్‌కు పూర్తి నమ్మకం ఉంది. గుజరాత్ నుండి తిరిగి వచ్చినప్పుడు, తోడర్మల్‌ను కూడా పూర్తి గౌరవంతో చూసుకున్నారు. ఒప్పందానికి సంబంధించిన చర్చలలో, మహారాణా ప్రతాప్ అక్బర్ పాలనను అంగీకరించేలా మరియు భవిష్యత్తులో జరిగే యుద్ధాల నుండి తనను తాను రక్షించుకోవడానికి తోడర్మల్ తీవ్రంగా ప్రయత్నించాడు, కానీ అతను విజయవంతం కాలేదు.

అబుల్ ఫజల్, రానా తోడార్మల్‌తో పోగిడేందుకు ప్రయత్నించాడని మరియు దాస్యంతో ప్రవర్తించాడని వ్రాశాడు, అయితే అబుల్ ఫజల్ యొక్క ఈ ప్రకటన కూడా పక్షపాతంగా ఉంది. అలా ఉండి ఉంటే భవిష్యత్తులో జరిగే యుద్ధం జరిగేది కాదు. ప్రతాప్ గొప్ప స్వాతంత్ర్య ప్రేమికుడు మాత్రమే కాకుండా సమర్థుడైన రాజకీయ నాయకుడు కూడా. గొప్ప తెలివితేటలతో, అతను మొఘుల్ చక్రవర్తి యొక్క శాంతి కార్యక్రమాలను తిరస్కరించాడు. బహుశా, ప్రారంభంలో అతను ప్రతిపాదనలలోని కొన్ని లోపాలను ఎత్తి చూపుతూ వాటిని తిరస్కరించాడు. అందుకే అక్బర్ పదే పదే దూతలను పంపుతూనే ఉన్నాడు. ఈ విధంగా, మహారాణా తన సైనిక బలాన్ని పెంచుకోవడానికి మరియు భవిష్యత్తు ప్రణాళికలను రూపొందించడానికి తగిన సమయం పొందాడు. మొఘులులను లొంగదీసుకోవడం తన వంశ ప్రతిష్టకు విరుద్ధమని ఆయన భావించేవారు. మేవార్ స్వాతంత్ర్యం కోసం, అతను అతిపెద్ద త్యాగం చేయడానికి సిద్ధమయ్యాడు. అందుకే అతను అక్బర్ యొక్క దూతలతో సహనం మరియు గౌరవంతో వ్యవహరించాడు, తద్వారా అతని వైపు నుండి ఎటువంటి తెలివితక్కువ చర్య మేవార్‌కు ప్రాణాంతకం కాదు.

అక్బర్ యొక్క అన్ని ఒప్పంద ప్రతిపాదనలు విఫలమైనప్పుడు, యుద్ధం జరగడం ఖాయం, ఎందుకంటే అక్బర్ ఎప్పటికీ భరించలేడు ఎందుకంటే రాజ్‌పుతానా మొత్తం మొఘుల్ పాలనలోకి వచ్చిన తర్వాత, మేవార్ ఇప్పటికీ దానిని కొనసాగించింది స్వాతంత్ర్యం. ఈ క్రమంలో జరిగిన పరిణామాలన్నీ తుది పోరుకు దారితీశాయి. అయితే చివరకు ఒకరినొకరు ఎదుర్కొన్నప్పుడు, యుద్ధం ప్రాణాంతకంగా మారుతుందని అక్బర్

మరియు ప్రతాప్ ఇద్దరి మనస్సులలో స్పష్టంగా ఉన్నట్లు తెలుస్తోంది. అవి రెండూ చిహ్నాలుగా మారిన అణచివేత మరియు స్వాతంత్ర్యం మధ్య ఎటువంటి రాజీ కుదరదు. కానీ, కత్తులు తీయడానికి ముందు, రాజీకి అన్ని ఇతర మార్గాలను ప్రయత్నించడం వారి తెలివి మరియు సహనానికి నిదర్శనం. అక్బర్ చిత్తోర్‌లో తాను ఏమి చేయవలసి వచ్చిందో మరచిపోలేదు మరియు అంత పెద్ద మరియు శక్తివంతమైన చక్రవర్తితో యుద్ధం యొక్క పరిణామాలు ప్రతాప్‌కు కూడా తెలుసు. యుద్ధం నుండి రక్షింపబడడం సాధ్యమైతే, దాని నుండి మిమ్మల్ని మీరు ఎందుకు రక్షించుకోకూడదు అనే ఈ ఆలోచన ఒప్పందం కోసం చర్చల రూపంలో వ్యక్తమైంది. కానీ, దీని అంతిమ ఫలితం మేవార్ రాబోయే యుద్ధాన్ని ఎదుర్కొంటోంది. అలా ప్రతాప్ కూడా రాబోయే మొఘల్ దాడిని ఎదుర్కొనేందుకు సిద్ధమయ్యాడు.

నాల్గవ అధ్యాయం

హల్దీఘాటి యుద్ధం

1572 ప్రారంభం నుండి 1573 వరకు సమయం ఒప్పంద ప్రతిపాదనలలో ఖర్చు చేయబడింది. అక్బర్ దౌత్య వ్యూహాల మొదటి దశ ముగిసింది. ఇందులో విఫలమైన తర్వాత, అక్బర్ ముందు ఉన్న ఏకైక ప్రత్యామ్నాయం యుద్ధం, కానీ అతను మేవార్‌పై వెంటనే దాడి చేయలేదు. 1574 నుండి 1576 వరకు అతను బహుశా ప్రతాప్ ఒప్పందానికి అంగీకరిస్తాడా అని వేచి ఉన్నాడు. కానీ, ఇందులో కూడా విజయం సాధించలేకపోయాడు. కాబట్టి, అతను మేవార్‌పై దాడి చేయడానికి సిద్ధమయ్యాడు. వాస్తవానికి, అతను వేచి ఉండవలసి వచ్చింది, ఎందుకంటే అతను 1574లో బెంగాల్ ప్రచారంలో మరియు 1575లో చంద్రసేన్‌కు సంబంధించిన విషయాలలో బిజీగా ఉన్నాడు. ఈ పనుల నుండి విముక్తి పొందిన తరువాత, 1576 ప్రారంభంలో, అతను మేవార్ ప్రచారాన్ని ప్రారంభించాలని అనుకున్నాడు.

అక్బర్ మేవార్ ప్రచారం

మేవార్‌పై దాడి చేసే ప్రణాళికను వాస్తవంగా మార్చేందుకు, మార్చి 1576లో అక్బర్ స్వయంగా అజ్మీర్ చేరుకున్నాడు. అజ్మీర్ వెళ్లడంలో అతని ఉద్దేశ్యం ఏమిటంటే, మేవార్ పై దాడిని స్వయంగా పర్యవేక్షించాలనుకున్నాడు. 15 రోజుల పాటు చర్చలు జరిపిన తర్వాత, మేవార్‌పై దాడి చేయబోయే సైన్యానికి మాన్‌సింగ్‌ను కమాండర్‌గా చేయాలని నిర్ణయించుకున్నాడు. మొఘల్ చరిత్రలో హిందువును సైన్యానికి కమాండర్‌గా చేయడం ఇదే తొలిసారి. అక్బర్‌లోని చాలా మంది ముస్లిం కమాండర్లు మాన్‌సింగ్‌ను సైన్యానికి ప్రధాన కమాండర్‌గా చేయడాన్ని పూర్తిగా వ్యతిరేకించారు.

ఆ తరువాత, మహారాణా ప్రతాప్ యుద్ధంలో పట్టుబడలేనప్పుడు, కొంతమంది ముస్లింలు దీనికి మాన్సింగ్‌ను బాధ్యులుగా చేశారు. ఈ యుద్ధంలో ప్రముఖ

చరిత్రకారుడు బదయుని కూడా పోయాడు. ఈ యుద్ధంలో నబీ ఖాన్ అనే కమాండర్ కూడా పాల్గొనాలని కోరుకున్నాడు. అతను నబీ ఖాన్‌ను కూడా రావాల్సిందిగా కోరాడు, అయితే మాన్‌సింగ్ ప్రధాన కమాండర్‌గా ఉన్నందున, అతను వెళ్ళడానికి నిరాకరించాడు. అతను చెప్పాడు - "ఈ సైన్యానికి కమాండర్ హిందువు కాకపోతే, ఈ యుద్ధంలో పాల్గొనే మొదటి వ్యక్తి నేనే."

ఇంత నిరసనలు జరిగినా, అక్బర్ తన మార్పును మార్చుకోలేదు నిర్ణయం మరియు మాన్‌సింగ్ మేవార్‌ను జయించటానికి బయలుదేరాడు.

అక్బర్ కుమారుడు యువరాజు సలీం మహారాణా ప్రతాప్‌పై మొఘల్ సైన్యానికి నాయకత్వం వహించాడని కల్నల్ టాడ్ ఏ ప్రాతిపదికన రాశారో తెలియదు. ఈ యుద్ధంలో సలీం కమాండర్ అని అప్పటి చరిత్రకారులెవరూ రాయలేదు. అబుల్ ఫజల్ లేదా బదయుని దీనికి మద్దతు ఇవ్వలేదు, అయితే ఈ యుద్ధంలో బదయుని స్వయంగా ఉన్నాడు. ఉదయపూర్‌లోని జగదీష్ దేవాలయంలోని శాసనాలు కూడా మహారాణా ప్రతాప్‌పై మొఘల్ దాడిలో మాన్‌సింగ్ కమాండర్ అనే వాస్తవాన్ని ధృవీకరిస్తున్నాయి. అతిపెద్ద విషయం ఏమిటంటే, సలీం 1569 ఆగస్టు 30న జన్మించాడు, అంటే యుద్ధం జరిగే సమయానికి అతని వయస్సు కేవలం ఏడేళ్లు. ఏడేళ్ల చిన్నారిని సైన్యానికి అధిపతిగా చేయడం నవ్వు తెప్పిస్తుంది. అబుల్ ఫజల్ రాశారు – "అక్బర్ ఆస్థానంలో తెలివితేటలు, విధేయత మరియు ధైర్యసాహసాలలో అగ్రగామిగా ఉన్న రాజా మాన్‌సింగ్‌ను మహారాణా ప్రతాప్‌తో పోరాడేందుకు ఎంపిక చేయబడ్డాడు." ఇతర చరిత్రకారులు కూడా ఈ విషయాన్ని ప్రస్తావించారు.

మాన్‌సింగ్‌ను కమాండర్‌గా చేయడానికి కారణాలు

మాన్‌సింగ్‌ను కమాండర్‌గా చేయడం వెనుక చాలా కారణాలు ఉన్నాయి. అతను ధైర్యవంతుడు, తెలివైనవాడు, నమ్మకమైన మరియు సమర్థుడైన కమాండర్. అతను మొఘల్ చక్రవర్తి యొక్క సమర్థ కమాండర్లలో ఒకరిగా పరిగణించబడ్డాడు. అక్బర్‌కి అతనిపై ప్రత్యేక అభిమానం ఉండేది. ఈ ఆప్యాయత మరియు విశ్వాసం కారణంగా,

అక్బర్‌కు ఉంది అతనికి 'ఫర్జాండ్' (కొడుకు) అనే బిరుదును ఇచ్చారు. అమెర్ పాలకుడు మేవార్ ఆస్థానంలో సేవలో ఉండేవాడు. భగవాన్‌దాస్ స్వయంగా ఉదయసింగ్ ఆస్థానంలో ఉన్నాడు, అయితే తర్వాత అతను అక్బర్ సేవలో పాల్గొనడానికి అంగీకరించాడు. అందువల్ల, మహారాణా ప్రతాప్ మాన్సింగ్‌ను తన తిరుగుబాటు భూస్వామిగా పరిగణించలేదు. కాబట్టి, యుద్ధభూమిలో అతని యొక్క తిరుగుబాటుదారుడైన భూస్వామిని చూసినప్పుడు, మహారాణా అతని సంయమనం కోల్పోయి అతనిని చంపడానికి ప్రయత్నిస్తాడని, అందువలన అతను యుద్ధభూమిలో చంపబడతాడని భావించబడింది.

మరో కారణం ఏమిటంటే, మాన్‌సింగ్ మరియు అతని తండ్రి భగవాన్‌దాస్ ఒప్పంద ప్రతిపాదనలతో మహారాణా వద్దకు వెళ్ళారు, దానిని ప్రతాప్ తిరస్కరించారు. సహజంగానే ప్రతాప్‌పై మాన్‌సింగ్‌లో తీవ్ర ఆగ్రహం వ్యక్తమవుతుందని ఊహించవచ్చు. కాబట్టి, మాన్‌సింగ్ తన శక్తినంతా ఉపయోగించి మహారాణాను నాశనం చేయడానికి పోరాడతాడు. మాన్‌సింగ్ రాజపుత్రుడు, కనుక అతనిని చూడగానే మొఘల్ సైన్యంలోని రాజపుత్రులు మహారాణా ప్రతాప్‌తో పోరాడేందుకు సిద్ధమయ్యారు. రాజపుత్రుల హృదయాలలో మేవార్ రాజకుటుంబం పట్ల గొప్ప అనురాగం ఉంది. చాలా మంది రాజ్‌పుత్ పాలకులు కొంత కాలం మేవార్ ఆధీనంలో ఉన్నారు. అందువల్ల, ఇప్పటికీ మొఘల్ సైన్యంలోని రాజపుత్రులు మహారాణా ప్రతాప్‌తో పోరాడటానికి వెనుకాడుతున్నారు. ఈ యుద్ధంలో మాన్‌సింగ్‌ను కమాండర్‌గా చేయడం ద్వారా, అక్బర్ రాజ్‌పుత్‌ల మనస్సుల నుండి ఈ సంకోచాన్ని తొలగించడానికి ప్రయత్నిస్తున్నాడు.

అక్బర్ పరిస్థితిని బాగా అర్థం చేసుకున్నాడు. కాబట్టి, ఈ పరిస్థితిని నియంత్రించడానికి, అతను మాన్సింగ్‌ను కమాండర్‌గా చేసాడు. అతను చాలా తెలివిగా మరో పని చేశాడు. రాజపుత్రులు ఒకరితో ఒకరు ఎంతగా పోరాడతారో అతనికి తెలుసు, కానీ మొఘలులతో కలిసి పోరాడడంలో, వారికి మహారాణా ప్రతాప్ పట్ల సానుభూతి ఉండవచ్చు. ఈ వాస్తవాన్ని దృష్టిలో ఉంచుకుని, మాన్‌సింగ్‌తో పాటు, అతను అసఫ్ ఖాన్, మీర్ బక్షి, సయ్యద్ హమీమ్ బర్హా, సయ్యద్ అహ్మద్ ఖాన్, మిహతర్ ఖాన్, ఖ్వాజా మహమ్మద్ రఫీ, మహాబలే ఖాన్, ముజాహిద్ ఖాన్ మొదలైన ముస్లిం కమాండర్లను కూడా పంపాడు.

మాన్సింగ్ మేవార్ కోసం

3 ఏప్రిల్ 1576న బయలుదేరాడు, మాన్సింగ్ హిసార్మిటోకాంకర్‌తో ప్రారంభించాడు మేవార్ కొన్ని రోజుల తర్వాత, అతను మండల్‌ఘర్ చేరుకున్నాడు, అక్కడ అతను రెండు నెలలు ఉన్నాడు, ఎందుకంటే మిగిలిన సైన్యం కూడా అక్కడికి చేరుకుని అతనితో వెళ్ళవలసి వచ్చింది. అంతేకాకుండా, వారు మహారాణా ఖాళీ చేసిన గ్రామాలలో సైనిక స్థావరాలను ఏర్పాటు చేయాల్సి వచ్చింది. దాని వెనుక మరో కారణం కూడా ఉండొచ్చు. బహుశా, మాన్‌సింగ్ ఇంతకాలం మండల్‌ఘర్‌లో ఉంటే, మేవార్ సైన్యం రెచ్చిపోతుందని, వారు మొదట మొఘల్ సైన్యంపై దాడి చేస్తారని భావించి ఉండవచ్చు. ఇదే జరిగితే త్వరగా విజయం సాధించే అవకాశం ఉంది. రాజీ కోసం మహారాణాకు మరో అవకాశం ఇవ్వాలని మాన్‌సింగ్ భావించి ఉండవచ్చని కొందరు రచయితలు రాశారు, అయితే మొత్తం సంఘటనల క్రమాన్ని చూస్తుంటే, ఇది సాధ్యమయ్యేలా కనిపించడం లేదు.

రెండు నెలలు మండల్‌గర్‌లో ఉండి సైనిక బలాన్ని పెంచుకున్న తర్వాత మాన్‌సింగ్ ఖమ్నోర్ గ్రామ సమీపంలోకి చేరుకున్నాడు. ఆ తరువాత, అతను తన భారీ సైన్యాన్ని గోలెల గ్రామంలో ఉంచాడు. ఈ గ్రామం బనాస్ నదికి అవతలివైపు ఉంది. దీనికి కేవలం 10 మైళ్ల దూరంలో మహారాణా ప్రతాప్ సైనిక శిబిరం ఉంది. ఇక్కడ స్థావరాన్ని ఏర్పరచుకున్న తర్వాత, మాన్సింగ్ సైనిక శిబిరాలను ఏర్పాటు చేసి, ఆహారం మొదలైనవాటికి ఏర్పాట్లు చేయడం ప్రారంభించాడు. అన్ని ఏర్పాట్లు చేసిన తర్వాత, అతను యుద్ధానికి ప్రణాళిక చేయడం ప్రారంభించాడు.

మహారాణా సన్నాహాలు

అక్బర్ లాంటి బలిష్టమైన శత్రువు సైన్యాన్ని ఎదుర్కోవడం అంత తేలికైన పని కాదు, కానీ ప్రతాప్ దానిని ఎదుర్కోవడానికి సిద్ధంగా ఉన్నాడు. అతను సరైన సమయంలో మాన్‌సింగ్ కార్యకలాపాలన్నింటి గురించి సమాచారాన్ని పొందుతున్నాడు. అతను యుద్ధం ప్రారంభం కోసం వేచి ఉన్నాడు. గోగుండ చేరుకున్నాడు. అతను తన కింద ఉన్న మేవార్ మైదాన ప్రాంతాలను నాశనం చేశాడు, తద్వారా శత్రువులు అక్కడ నుండి ఆహారం, గడ్డి, ఆశ్రయం లేదా మరే ఇతర వస్తువులను పొందలేరు. యుద్ధం జరగాల్సిన

ప్రదేశంలో దొంగచాటుగా రాత్రి దాడులకు కూడా ఏర్పాట్లు చేశాడు. మేవార్ సైనికులు అక్కడే ఉన్నారు ప్రతి వైపు ఎంత మంది సైనికులు ఉన్నారు?- వివిధ పుస్తకాలలో దీని గురించి వివిధ వివరణలు ఉన్నాయి. మేవార్ పుస్తకాల ప్రకారం, మాన్సింగ్ సైన్యంలో 80,000 మంది గుర్రపు సైనికులు మరియు ప్రతాప్ సైన్యంలో 20,000 మంది ఉన్నారు. నాన్సీ ప్రకారం, మాన్సింగ్ సైన్యంలో 40,000 మంది సైనికులు మరియు మహారాణా ప్రతాప్ సైన్యంలో 9,000 నుండి 10,000 మంది సైనికులు ఉన్నారు. మహారాణా ప్రతాప్ 22,000 మంది రాజపుత్రులతో యుద్ధభూమికి వెళ్లాడని, అందులో 8,000 మంది మాత్రమే సజీవంగా మిగిలిపోయారని, మిగిలిన 14,000 మంది యుద్ధంలో మరణించారని టాడ్ రాశారు. మరికొందరు రచయితల ప్రకారం, దాదాపు 3,000 మంది గుర్రపు సైనికులు, 2,000 మంది సైనికులు, 100 ఏనుగులు మరియు 100 మంది ఈటెలు, డ్రమ్మర్లు మరియు బగల్ ప్లేయర్లు ఉన్నారు.

చాలా మంది ఆధునిక చరిత్రకారులు ఈ గణాంకాలు అతిశయోక్తి అని అభిప్రాయపడ్డారు. సమకాలీన మొఘల్ చరిత్రకారుల ప్రకారం, మాన్‌సింగ్‌కు కేవలం 5,000 మంది సైనికులు మరియు మహారాణాకు 3,000 మంది సైనికులు ఉన్నారు. డాక్టర్ శర్మ యొక్క కొత్త పరిశోధన ప్రకారం, మహారాణాలో 3,000 మంది గుర్రపు సైనికులు, 2,000 పదాతి సైనికులు, 100 ఏనుగులు మరియు మరికొందరు సైనికులు ఉన్నారు. మహారాణా సైనిక బలం 3,000 మాత్రమే అని చాలా మంది పండితులు అభిప్రాయపడ్డారు. ఇది కాకుండా, భీల్ సైనికుల సైన్యం కూడా ఉంది.

యుద్ధం ప్రారంభానికి కొన్ని రోజుల ముందు, మహారాణా ప్రతాప్ గూఢచారులు మాన్ సింగ్ తన కొంతమంది సైనికులతో కలిసి వేటకు వెళ్లినట్లు సమాచారం అందించారు. ఈ వార్త తెలుసుకున్న కొద్దిమంది సామంతులు ఈ అవకాశాన్ని వృధా చేసుకోవద్దని, మాన్‌సింగ్‌ను చంపాలని సూచించారు, కానీ మహారాణా రాజపుత్రుల సంప్రదాయాలకు విరుద్ధంగా వెళ్లేందుకు నిరాకరించారు మరియు శత్రువును మోసం చేయడం ద్వారా చంపడానికి నిరాకరించారు.

శత్రువు పట్ల ఈ నైతిక భావన కొత్తది కాదు. ఈ భావన కారణంగా, భారతదేశ చరిత్రలో చాలా మంది ధైర్యవంతులు చాలాసార్లు ఓటమిని ఎదుర్కోవలసి వచ్చింది మరియు

ప్రాణాలు కోల్పోవలసి వచ్చింది. భారతీయ సంస్కృతిలో, మొదటి నుండి, యుద్ధభూమిలో ఎలాంటి నైతికత అయినా తప్పుగా పరిగణించబడుతుంది. వేదాలలో కూడా ఇంద్రుడు నిద్రిస్తున్నవారిని చంపే వర్ణన ఉంది పర్వతాలలో దాక్కున్న శంబరుడు, శ్రీకృష్ణుడు కూడా యుద్ధభూమిలో ఏ విధమైన నీతికి చోటు ఇవ్వలేదు. మరికొన్ని పుస్తకాల్లో మాన్‌సింగ్‌ను చంపవద్దని సూచించింది బీద ఝులా అని రాసి ఉంది. మహారాణా ప్రతాప్ ఖమ్నోర్‌కు వచ్చాడని మాన్‌సింగ్‌కు తెలియలేదని నాన్సీ రాసింది. అటువంటి పరిస్థితిలో, మహారాణా ప్రతాప్ కోరుకుంటే, అతను రాత్రిపూట హఠాత్తుగా దాడి చేసి రాజా మాన్సింగ్‌ను చంపి పారిపోయేవాడు.

ఈ ప్రతిపాదనను ప్రతాప్ తిరస్కరించినా లేదా ఝులా తిరస్కరించినా, వారు తిరస్కరించడం పెద్ద తప్పుగా పరిగణించబడుతుందనేది వాస్తవం. మాన్‌సింగ్ హత్యకు గురైతే, బహుశా మేవార్ చరిత్ర మరోలా ఉండేది. ఛత్రపతి శివాజీ యొక్క గొప్ప విజయాల వెనుక ఒక ముఖ్యమైన కారణం ఏమిటంటే, అతను అలాంటి స్వీయ-విధ్వంసక నైతికతను యుద్ధరంగంలో అడ్డుకోవడానికి అనుమతించలేదు.

మొఘల్ సైన్యంతో ముఖాముఖి

యుద్ధాన్ని ప్రారంభించడానికి, మొఘల్ కమాండర్ మాన్సింగ్ ఖమ్నోర్ సమీపంలోని మోలెలా గ్రామంలో ఒక శిబిరాన్ని ఏర్పాటు చేశాడు. మహారాణా గూఢచారులు ఈ వార్తను మహారాణాకు అందించారు. తన సైన్యాన్ని తీసుకుని ప్రతాప్ హల్దీఘాటి అవతలి వైపు చేరుకున్నాడు. ఈ యుద్ధం జూన్ 1576 మూడవ వారంలో (కొన్ని పుస్తకాల ప్రకారం జూన్ 18న మరియు ఇతర పుస్తకాల ప్రకారం జూన్ 21న) ఉదయం 8 గంటలకు ప్రారంభమైంది. యుద్ధభూమిలో, ప్రతాప్ మేవార్ సంప్రదాయ యుద్ధ శైలి ప్రకారం తన సైన్యాన్ని సిద్ధం చేశాడు. ఈ శైలిలో, సైన్యం హరవాల్, చంద్రవాల్ మరియు రెండు ప్రక్కనే ఉన్న భాగాలుగా విభజించబడింది. సైన్యం యొక్క ముందు భాగాన్ని హరవాల్ అని పిలుస్తారు, సైన్యం యొక్క వెనుక భాగాన్ని చంద్రవాల్ అని పిలుస్తారు, ఎడమ ప్రక్కనే ఎడమ వైపున హరవాల్ వెనుక కొంత దూరం మరియు కుడి వైపున సమాన దూరంలో కుడి వైపున ఉంటుంది. మధ్యలో ఖాళీ ఉంది రాజు స్థానం.

హరవాల్ భాగానికి నాయకుడు హకీం ఖాన్ సుర్. మేవార్‌లోని కొంతమంది ఎంపిక చేసిన సామంతులు అతని మద్దతుదారులు, సలుంబర్‌కు చెందిన చుడావత్ క్రిషందాస్, సర్దార్‌ఘర్‌కు చెందిన భీంసింగ్, దేవ్‌గఢ్‌కు చెందిన రావత్ సంఘ, జైమల్ కుమారుడు రాందాస్ మొదలైనవారు సహా. దక్షిణ ప్రక్కనే గ్వాలియర్ పాలకుడు, రామ్‌షా, అతని ముగ్గురు కుమారులు మరియు ఇతర ధైర్య యోధులు ఉన్నారు. ఎడమ పక్కనే ఉన్న ఝాలా మాన్‌సింగ్ నాయకత్వం వహించారు, వీరితో ఝులా బీద, మాన్‌సింగ్, సొంగరా తదితరులు మద్దతుదారులుగా ఉన్నారు. చంద్రవాల్ వైపు పన్రావా నుండి పంజా నాయకత్వం వహించారు మరియు అతనితో మద్దతుదారులుగా పురోహిత్ జగన్నాథ్, గోపీనాథ్, మహాత రతన్చంద్ర, మహాసాని జగన్నాథ్, చరణ్ కేశవ్ మరియు జేసా ఉన్నారు. వారందరికీ మధ్యలో మహారాణా ప్రతాప్ తన మంత్రి భామాషా మరియు అతని సోదరుడు తారాచంద్రుడు.

భీల్స్ పదాతి దళం వారి సాంప్రదాయ విల్లు మరియు బాణాలు మరియు ఇతర ఆయుధాలతో, పుంజ నాయకత్వంలో, చుట్టుపక్కల పర్వతాలలో నిలబడ్డారు. సైన్యం మొత్తం తమ తమ నేతల ఆదేశాల కోసం ఎదురుచూస్తోంది. వీరందరూ తమ మాతృభూమి రక్షణ కోసం ప్రాణత్యాగం చేయాలనే కోరికతో ఉన్నారు. వారందరికీ మహారాణా ప్రతాప్ పట్ల ఎంతో గౌరవం మరియు గౌరవం ఉండేది.

మాన్‌సింగ్ తన సైన్యంతో హల్దీఘాటి దిగువన విశాలమైన కానీ అసమానమైన భూమికి చేరుకున్నాడు. ప్రస్తుతం ఈ ప్రదేశాన్ని బాద్‌షాబాగ్ అని పిలుస్తారు. దీనికి ఒకవైపు ఖమ్రోర్ మరియు మరోవైపు భాగల్. మాన్‌సింగ్ తన సైన్యాన్ని ముందు భాగంలో సయ్యద్ హాసీం నడిపించే విధంగా ఏర్పాటు చేశాడు. అతనితో పాటు మహమ్మద్ బాదాక్షి రఫీ, రాజా జగన్నాథ్ మరియు అసఫ్ ఖాన్ ఉన్నారు. దక్షిణ ప్రక్కనే సయ్యద్ అహ్మద్ ఖాన్ నాయకత్వం వహించాడు. ఎడమ ప్రక్కన గాజీ ఖాన్, బాదాక్షి మరియు రాజు లూర్కారన్ మరియు వెనుక ప్రాంతంలో చంద్రవాల్‌లో మిహతార్ ఖాన్ మరియు మాధోసింగ్ ఉన్నారు. ప్రధాన కమాండర్ మాన్సింగ్ సైన్యం మధ్యలో ఏనుగుపై కూర్చున్నాడు. అతనితో పాటు ఈ యుద్ధం గురించి రాయడానికి చరిత్రకారుడు బదయుని వచ్చాడు. అతడిని ప్రత్యేక అంగరక్షకుల బృందంతో ఉంచారు.

హల్దీఘాటిలో మహారాణా ప్రతాప్ సైన్యం ఏర్పాటు

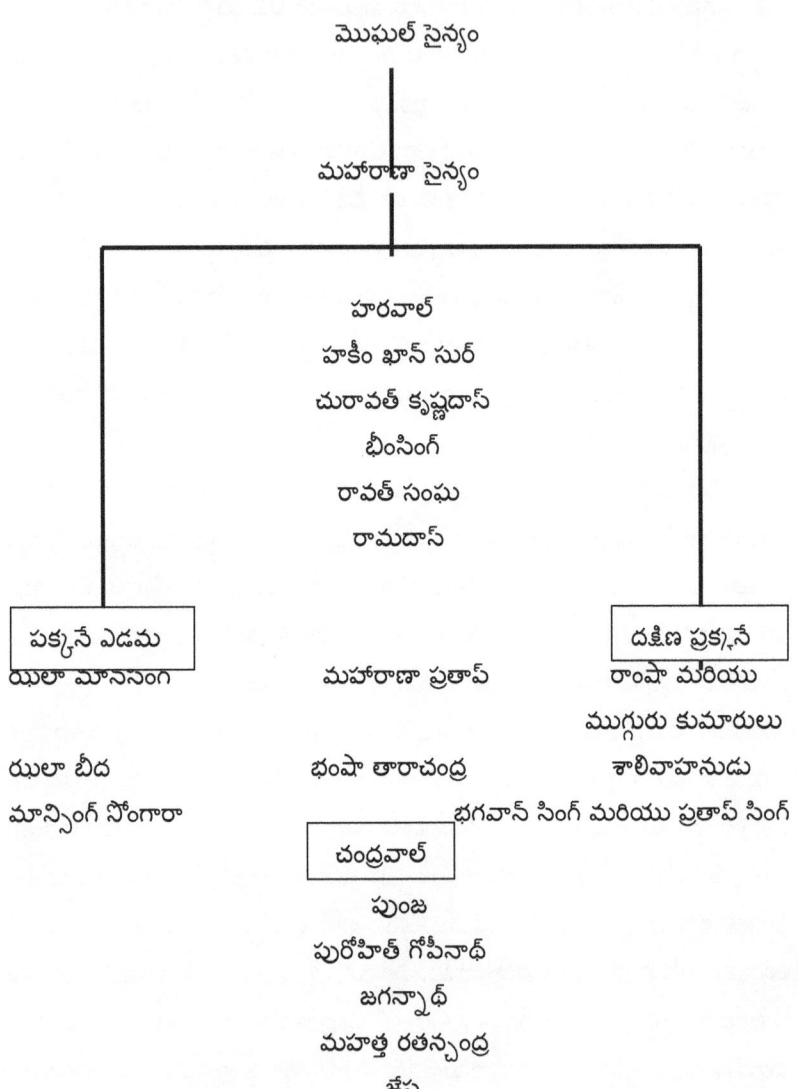

మొఘల్ సైన్యం

మహారాణా సైన్యం

హరవాల్

హకీం ఖాన్ సుర్

చురావత్ కృష్ణదాస్

భీంసింగ్

రావత్ సంఘ

రామదాస్

పక్కనే ఎడమ		దక్షిణ ప్రక్కనే
ఝాలా మానసింగ	మహారాణా ప్రతాప్	రాంషా మరియు ముగ్గురు కుమారులు
ఝులా బీద	భంషా తారాచంద్ర	శాలివాహనుడు
మాన్సింగ్ సోంగారా		భగవాన్ సింగ్ మరియు ప్రతాప్ సింగ్

చంద్రవాల్

పుంజ

పురోహిత్ గోపీనాథ్

జగన్నాథ్

మహత్త రతన్చంద్ర

జేస

రెండు సైన్యాలు ఒకదానికొకటి కొంచెం దూరంలో యుద్ధానికి సిద్ధంగా ఉన్నాయి.

రాజుగా పట్టాభిషిక్తుడైన తర్వాత, అక్బర్‌తో మహారాణా ప్రతాప్‌కి ఇది మొదటి యుద్ధం.

మొఘల్ సైన్యం ఏర్పాటు

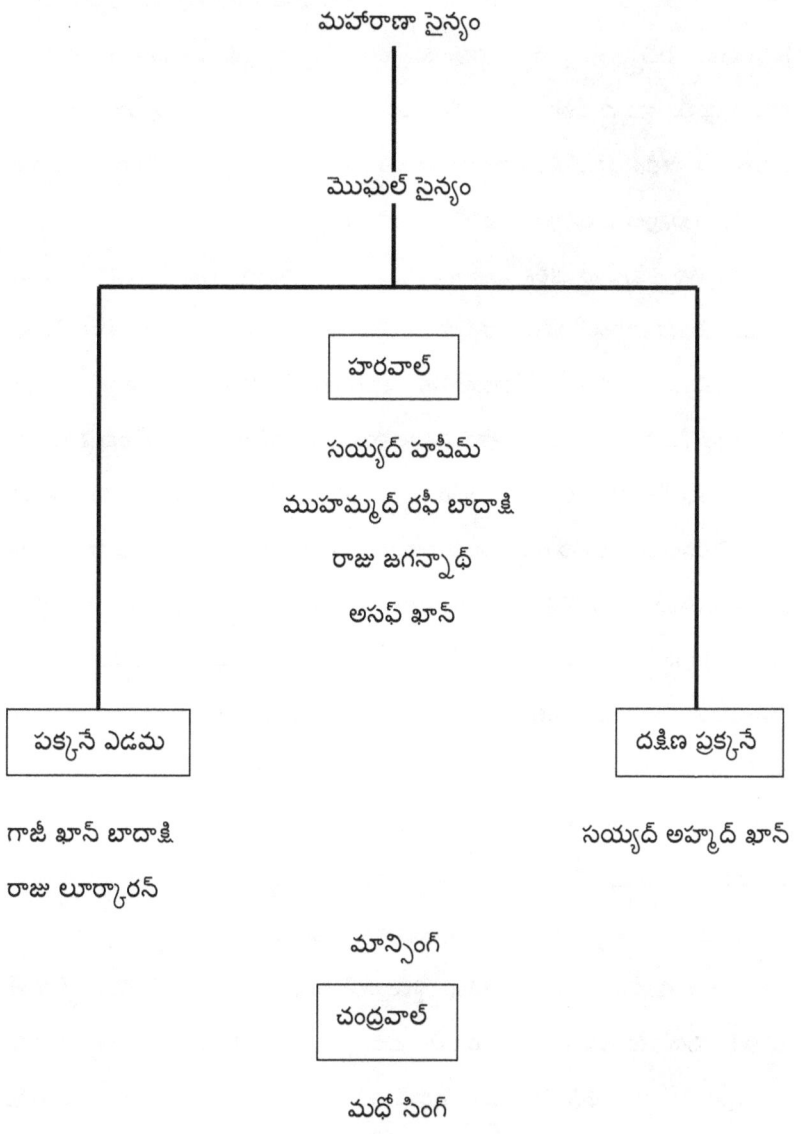

మహారాణా సైన్యం

మొఘల్ సైన్యం

హరవాల్

సయ్యద్ హాషీమ్

ముహమ్మద్ రఫీ బాదాక్షి

రాజు జగన్నాధ్

అసఫ్ ఖాన్

పక్కనే ఎడమ

గాజీ ఖాన్ బాదాక్షి

రాజు లూర్కారన్

దక్షిణ ప్రక్కనే

సయ్యద్ అహ్మద్ ఖాన్

మాన్సింగ్

చంద్రవాల్

మధో సింగ్

మిహ్తార్ ఖాన్

కొంత సేపటికి ఇరు సేనలు ఒకరిపై ఒకరు దాడి చేసుకునేందుకు ఎదురు చూశారు. జూన్ 21 ఉదయం, మేవార్ నుండి ఒక ఏనుగు రాజ జెండా ఊపుతూ గుహ నుండి బయటకు వచ్చింది. సైన్యం ముందు ఉన్న సైన్యాధ్యక్షుడు సుర్‌ను చూసిన రాజపుత్రులు యుద్ధ బుగల్, ట్రంపెట్ మొదలైనవాటిని వాయించడం ప్రారంభించారు. కమాండర్ హకీం ఖాన్ సుర్ నాయకత్వంలో, మహారాణా ప్రతాప్ యొక్క హరవాల్ బృందం శత్రువుల హరవాల్ సమూహంపై దాడి చేసింది. రెండు హరవాల్ సమూహాలు పోరాడుతున్న ప్రదేశం కఠినమైన మరియు అసమానంగా ఉంది. మేవార్ సైన్యం అటువంటి భూభాగంలో పోరాడటానికి ఉపయోగించబడింది, కానీ మొఘులుల సైన్యం అటువంటి భూభాగంలో పోరాడటానికి అలవాటుపడలేదు. అందువల్ల మొదటి పోరాటంలోనే, మొఘల్ సైన్యం భారీ నష్టాలను చవిచూడటం ప్రారంభించింది మరియు మొఘులుల ఓటమి ఖాయమనిపించింది. ఈ తొలి విజయంతో మేవార్ సైన్యంలో నైతిక స్థైర్యం పెరిగింది. వారు లోయ నుండి బయటకు వచ్చి బాద్షా బాగ్ చేరుకున్నారు. ఈ ప్రదేశం మొఘల్ సైన్యానికి కూడా అనుకూలమైనది మరియు ఇక్కడ సైన్యం పూర్తిగా యుద్ధానికి సిద్ధంగా ఉంది. ఇది చూసిన హకీమ్ ఖాన్ సుర్ మరియు రాణా కీకా వారి సైనికులతో మొఘల్ సైన్యం యొక్క మధ్య భాగంపై దాడి చేశారు. భీకర యుద్ధం జరిగింది. ఇరు సేనలు పూర్తి బలంతో తలపడ్డాయి యుద్ధంలో మరణించిన, గాయపడిన యోధుల ఆర్తనాదాలతో, ఏనుగుల అరుపులతో, గుర్రాల అరుపులతో, విల్లంబుల మోతలతో యుద్ధభూమి నిండిపోయింది. మేవార్ సైన్యం మొఘల్ సైన్యం యొక్క ఎడమ ప్రక్కనే ఉన్న వైపున చాలా తీవ్రంగా దాడి చేసింది, తద్వారా వారు తమ మైదానంలో ఉండడం కష్టంగా మారింది. సైన్యంలో గందరగోళం వ్యాపించింది. గ్వాలియర్ యొక్క పదవీచ్యుతుడైన రాజు రాంషా యొక్క పరాక్రమం నిజంగా ప్రత్యేకమైనది. రాజపుత్ర సైన్యం ఒత్తిడి నిరంతరం పెరుగుతూ వచ్చింది. మొఘల్ సైన్యం యొక్క హరవాల్ మరియు ఎడమ ప్రక్కనే ఉన్న భుజాలు భూమిలో ఉండడం కష్టంగా భావించారు మరియు ఈ రెండు సమూహాలు యుద్ధభూమి నుండి పారిపోయారు.

ఇందులో గాజీ ఖాన్, అసఫ్ ఖాన్ మరియు మాన్సింగ్ రాజపుత్ర సైనికులు ఉన్నారు. చాలా మంది మొఘల్ సైనికులు యుద్ధభూమి నుండి 10 లేదా 12 మైళ్ల దూరంలో పారిపోయారు.

రాజపుత్రుల ఈ విజయం కారణంగా మొఘల్ సైన్యం యొక్క నైతికత క్షీణించడం ప్రారంభమైంది. మొఘల్ సైన్యం కచ్చితంగా ఓడిపోతుందని అనిపించింది. బర్హాకు చెందిన సయ్యద్ మొఘల్ సైన్యం కోసం ఇప్పటివరకు ధైర్యంగా పోరాడుతున్నాడు. అతని సైన్యం యుద్ధభూమి నుండి పారిపోవడాన్ని చూసి, మొఘల్ సైన్యంలోని చంద్రవాల్ భాగానికి చెందిన మిహ్తార్ ఖాన్ ముందుకు వచ్చాడు. అతను ఒక పథకం వేసి, పెద్ద గొంతుతో అన్నాడు - "మహిస, చక్రవర్తి అక్బర్ స్వయంగా ఇక్కడికి వచ్చాడు." ఈ ప్రకటన వల్ల పరిస్థితి పూర్తిగా మారిపోయింది. పారిపోయిన మొఘల్ సైన్యం తిరిగి వచ్చి కొత్త ఉత్సాహంతో యుద్ధం ప్రారంభించింది.

మళ్లీ కొత్త ఉత్సాహంతో యుద్ధం మొదలైంది. ఇంకా పోరాడుతూనే, రెండు సైన్యాలు ఖమ్రోర్ మరియు భంగల్ మధ్య "ఖూన్ కి తలై" అనే ప్రదేశంలో ఉన్న బనాస్ నదికి చేరుకున్నాయి. ఇక్కడ కూడా మేవార్ సైన్యం గొప్ప పరాక్రమాన్ని ప్రదర్శించింది. వారి దాడుల కారణంగా మొఘల్ సైన్యం నాశనం కావడం ప్రారంభించింది. గిరిజన భీల్స్ కూడా చూపించారు. వారి సాంప్రదాయ ఆయుధాలతో గొప్ప ధైర్యసాహసాలు.వారి బృందాలు పర్వతాల నుండి బయటకు వచ్చి మొఘల్ సైన్యంపై దాడి చేశాయి.మొఘల్ సైన్యం మేవార్ సైన్యం నుండి ధైర్యంగా రక్షించుకోవడానికి ప్రయత్నించింది.ఇప్పటి వరకు, మహారాణా సైన్యంలోని ఇద్దరు ధైర్యవంతులు, గ్వాలియర్‌కు చెందిన రాంషా మరియు జైమాల్ కుమారుడు రాందాస్ యుద్ధంలో చంపబడ్డాడు.

మొఘల్ సైన్యం పెంచుతున్న ఒత్తిడిని చూసి మాన్సింగ్ యుద్ధరంగంలోకి దూకాడు. ఏనుగుపై కూర్చుని యుద్ధం చేస్తున్నాడు. రాజపుత్ర సైనికులు అతనిని ధైర్యంగా ఎదుర్కోవడం ప్రారంభించారు. అకస్మాత్తుగా రాజ ఏనుగుల మొఘల్ శాఖ నాయకుడు హుస్సేన్ ఖాన్ యుద్ధంలో పాల్గొనడానికి ముందుకు వచ్చాడు. మహారాణా యొక్క

ఏనుగుల సైన్యం అతని దాడులను ఎదుర్కొంది. శత్రువులు రాజపుత్రుల ఏనుగుపై దొంగచాటుగా దాడి చేశారు. ఫలితంగా, ఏనుగు యొక్క మహౌట్ తీవ్రంగా గాయపడింది మరియు మొఘలులు ఆ ఏనుగును బంధించారు.

ఆనాటి యుద్ధాలలో ఏనుగులను ఉపయోగించే యుద్ధాలకు చాలా ప్రాముఖ్యత ఉండేది. హల్దీఘాటి యుద్ధంలో ఏనుగులను ఉపయోగించి యుద్ధం గురించి ప్రత్యేక వివరణ ఉంది. మాన్‌సింగ్ ఏనుగుపై కూర్చున్నాడు. అతను ఏనుగులను ఉపయోగించి అనేక ఉపాయాలు మరియు వ్యూహాలను చూపించాడు. రాజపుత్రుల లూనా ఏనుగు మరియు మొఘలుల గజ్ముఖ్ ఏనుగు యుద్ధంలో తలపడ్డాయి. లూనా గజ్‌ముఖ్‌ను ఓడించింది. గజ్‌ముఖ్ ఓడిపోవడాన్ని చూసిన మొఘల్ సైన్యానికి చెందిన ఒక సైనికుడు లూనా మహౌట్‌పై దాడి చేశాడు. దీంతో మహౌట్‌కు గాయాలయ్యాయి. గజ్ ముఖ్ తిరిగి వచ్చాడు. లూనా కూడా తన గాయపడిన మహౌట్‌తో తిరిగి వచ్చాడు.

మహారాణా సైన్యంలో రాంప్రసాద్ అనే అత్యంత సమర్థత మరియు శిక్షణ పొందిన ఏనుగు ఉండేది. అక్బర్ చక్రవర్తి కూడా ఈ ఏనుగు గురించి ప్రశంసలు విన్నారు. ఈ ఏనుగు కోసం అతను చాలాసార్లు మహారాణాను కోరినట్లు చెబుతారు. లూనా తిరిగి వచ్చిన తర్వాత, రాజపుత్రులు రాంప్రసాద్‌ను యుద్ధరంగంలోకి దింపవలసి వచ్చింది. రాంషా కుమారుడు ప్రతాప్‌సింగ్ తన్వర్ ఈ ఏనుగును నియంత్రిస్తున్నాడు. యుద్ధరంగంలోకి వచ్చిన తర్వాత రాంప్రసాద్ మొఘల్ సైన్యంలో కల్లోలం రేపాడు. అతను మొఘల్ సైన్యాన్ని తొక్కడం ప్రారంభించాడు. తమ సైన్యం విధ్వంసం చూసి మొఘల్ సైన్యం భయపడిపోయింది. మొఘల్ ఏనుగు గజరాజ్ రాంప్రసాద్‌ను ఎదుర్కొంటోంది, అతని మహోత్ కమల్ ఖాన్. రాంప్రసాద్ ముందు గజరాజు నిలువలేకపోయాడు. ఇది చూసిన మొఘల్ సైన్యం మరో ఏనుగు రణ్‌మందర్‌ని కూడా యుద్ధరంగంలో తరిమికొట్టింది. ఇప్పుడు రెండు మొఘల్ ఏనుగులు రాంప్రసాద్‌కి ఎదురుగా ఉన్నాయి. రాంప్రసాద్ ఈ రెండు ఏనుగులతో పోరాడుతున్నాడు. నిజానికి, మొఘలులు ఇది మాత్రమే కోరుకున్నారు. వారు తమ బాణాలతో రాంప్రసాద్ మహౌట్‌పై దాడి చేశారు; ఈ బాణాల

వల్ల మహౌట్ చంపబడ్డాడు. ఈ అవకాశాన్ని చేజిక్కించుకున్న వారు తమ రెండు ఏనుగులు రాంప్రసాద్‌పై దాడి చేయడంతో అతను చిక్కుకున్నాడు. మొఘలులు చాలా రోజుల నుండి రాంప్రసాద్‌పై దృష్టి పెట్టారు, కాబట్టి వారు అతనిని ట్రాప్ చేసి తమ సైన్యంలోకి తీసుకెళ్లారు.

మహారాణా ప్రతాప్ యుద్ధభూమిలో మాన్‌సింగ్‌తో ముఖాముఖికి రావాలని మొదటి నుండి కోరుకున్నాడు, కానీ అతనికి ఆ అవకాశం లభించలేదు. ఏనుగుల యుద్ధంలో మాన్‌సింగ్ స్వయంగా ముందుకు వచ్చినప్పుడు, అతను చాలా సంతోషంగా ఉన్నాడు. ఈ అవకాశం కోసం ఎదురుచూస్తున్నాడు. అతను వెంటనే మహారాణా ప్రతాప్ ముందు వెళ్ళాడు. ఇద్దరూ ఒకరిపై ఒకరు దాడి చేసుకోవడం ప్రారంభించారు. మహారాణా ప్రతాప్ తన గుర్రం చేతక్‌కి సంకేతం ఇచ్చాడు. చేతక్ తన ముందు కాళ్లను మాన్‌సింగ్ ఏనుగు తొండంపై ఉంచాడు. మహారాణా తన ఈటెతో దాడి చేసాడు, కానీ మాన్సింగ్ తన ఏనుగు పందిరిలో దాక్కున్నాడు. ప్రతాప్ యొక్క ఈటె అతని కవచంలోకి వెళ్ళింది, మహారాణా అతను చంపబడ్డాడని నమ్మాడు. మాన్‌సింగ్ మహౌట్ గాయపడి కిందపడిపోయాడు.

చాలా మంది చరిత్రకారులు ఈ సంఘటనను వర్ణించారు, అయితే బడయుని యుద్ధభూమిలో ఉన్నప్పటికీ ఈ సంఘటనను ప్రస్తావించలేదు. అతను ఒక మతపరమైన ముస్లిం. ప్రతాప్‌పై బాణాల దాడి జరిగిందని, అయితే అతను ఈ సంఘటనను ప్రస్తావించలేదని అతను పేర్కొన్నాడు, కాబట్టి అతని రచన పక్షపాతంగా పరిగణించబడుతుంది. రాజపుత్ర మూలాలు ఈ సంఘటనను చాలా వివరంగా వివరిస్తాయి. అబుల్ ఫజల్ మహారాణా మరియు మాన్సింగ్ మధ్య జరిగిన యుద్ధాన్ని కూడా వివరించాడు. ఏది ఏమైనప్పటికీ, మహారాణా ప్రతాప్ యుద్ధంలో మాన్‌సింగ్‌ను నేరుగా ఎదుర్కొన్నాడని, ఆ యుద్ధంలో అతని పక్షం బలంగా ఉద్భవించిందని ఖచ్చితంగా చెప్పవచ్చు.

చేతక్ ఏనుగు తొండంపై తన పాదాన్ని ఉంచినప్పుడు, ఏనుగు తొండం నుండి కత్తి వేలాడుతున్నందున అతని పాదం కత్తిరించబడింది. ప్రతాప్‌ని శత్రువులు

చుట్టుముట్టారు. ఈ ప్రమాదకరమైన పరిస్థితిని చూసిన ఝాలా మాన్‌సింగ్ గొప్ప ధైర్యసాహసాలను ప్రదర్శించి మహారాణా ప్రాణాలను కాపాడాడు. అతను ప్రతాపు యొక్క రాజ పందిరిని స్వయంగా తీసుకొని ప్రతాప్‌ను యుద్ధభూమి నుండి వెళ్ళమని అభ్యర్థించాడు. ఝాలాపై ఉన్న రాజ చిహ్నాన్ని చూసిన మొఘల్ సైన్యం అతన్ని మహారాణాగా భావించి చుట్టుముట్టింది. ఝాలా ధైర్యంగా శత్రువుపై దాడి చేయడం ప్రారంభించాడు. ఒంటరి ఝాలా ఎంతకాలం శత్రువును ఎదుర్కోగలదు? శత్రువుతో ధైర్యంగా పోరాడి, ఝాలా బలిదానం సాధించాడు మరియు మహారాణా ప్రతాప్ అక్కడి నుండి సురక్షితంగా తప్పించుకున్నాడు.

గాయపడినప్పటికీ, చేతక్ మహారాణాను యుద్ధభూమి నుండి రెండు మైళ్ల దూరంలో ఉన్న బలియా గ్రామానికి తీసుకెళ్లాడు, అక్కడ అతను మరణించాడు. తన ప్రియమైన ఈ గుర్రం జ్ఞాపకార్థం, మహారాణా అతను మరణించిన ప్రదేశంలో చేతక్ యొక్క స్మారక చిహ్నాన్ని నిర్మించాడు. స్మారక చిహ్నం వద్ద ఒక పూజారిని నియమించారు, అతనికి కొంత భూమి బహుమతిగా ఇవ్వబడింది. ఈ స్మారకం ఇప్పటికీ శిథిలమైన, శిథిలావస్థలో ఉంది.

ప్రతాప్ మరియు శక్తిసింగ్ యొక్క

పునఃకలయిక మహారాణా ప్రతాప్ యొక్క తమ్ముడు, శక్తిసింగ్, తన తండ్రి కాలం నుండి అక్బర్ సేవలో ఉన్నాడు. ఈ యుద్ధంలో, అతను మొఘల్ సైన్యం పక్షాన పోరాడుతున్నాడు. మహారాణా యుద్ధభూమి నుండి తప్పించుకున్నప్పుడు, ఇద్దరు మొఘల్ సైనికులు అతన్ని గుర్తించారు. ఇద్దరూ ప్రతాప్‌ని అనుసరించడం మొదలుపెట్టారు. శక్తిసింగ్ ప్రతాప్‌ని అనుసరించడం చూశాడు. బాధలో ఉన్న తన సోదరుడిని చూసి, అతను నిశ్శబ్దంగా ఉండలేక, ఇద్దరు సైనికులను అనుసరించడం ప్రారంభించాడు. కొంచెం దూరం ముందుకు వెళ్లి, అతను సైనికులిద్దరినీ చంపాడు. ఆ తర్వాత ప్రతాప్‌ను కలిశాడు. చేతక్ చనిపోయాడు. మహారాణాకి మరే ఇతర దురదృష్టం రాకూడదని, అతను తన స్వంత గుర్రాన్ని అతనికి ఇచ్చాడు. మొఘల్ సైన్యానికి తిరిగి

వచ్చిన తర్వాత, ప్రతాప్ సైనికులను మరియు అతని గుర్రాన్ని కూడా చంపాడని అందరికీ చెప్పాడు.

పారిపోతున్న ప్రతాప్‌ను మొఘల్ సైన్యం అనుసరించలేదని, ఎందుకంటే ప్రతాప్‌ను ఖైదీగా చేసి అక్బర్ ముందు తీసుకురావడం మాన్‌సింగ్‌కు ఇష్టం లేదని, అతను మహారాణా ప్రతాప్ సహాయం కోసం శక్తిసింగ్‌ను పంపాడని చెబుతారు. శత్రువుపై విజయం సాధించిన తర్వాత, మొఘల్ సైన్యం పారిపోతున్న శత్రువును అనుసరించి వారిని దోచుకునేది. ఇక్కడ అలాంటిదేమీ జరగలేదు. వీటన్నింటి వెనుక మాన్‌సింగ్ హస్తం ఉందని చెబుతున్నారు. దీని గురించి తన అభిప్రాయాన్ని తెలియజేస్తూ శ్రీ రాజేంద్ర బీరా ఇలా వ్రాశారు –

"హల్దీఘాటిలో విజయం తర్వాత, మొఘులులు పారిపోతున్న మహారాణా ప్రతాప్‌ను అనుసరించలేదు. ఇద్దరు ముస్లిములు అతనిని అనుసరించారు. ఇది మాన్‌సింగ్‌కు ఇష్టం లేదు. అతను ప్రతాప్ సహాయం కోసం శక్తిసింగ్‌ను పంపాడు. అసలు ఏమి జరిగిందో మేము ఊహించగలము. ఏమీ జరగలేదు. ఎక్కడైనా స్పష్టంగా వ్రాయబడింది."

యుద్ధం యొక్క ఫలితం

ఈ హల్దీఘాటి యుద్ధం 8 గంటల నుండి కొనసాగింది ఉదయం నుండి మధ్యాహ్నం వరకు. పైన చెప్పినట్లుగా, బ్యాలెన్స్ ప్రారంభంలో మేవార్‌కు అనుకూలంగా ఉంది, కానీ తరువాత పరిస్థితి మొఘల్‌కు అనుకూలంగా మారింది. మహారాణా యుద్ధభూమి నుండి వెళ్లిపోతుండగా, అతని సైన్యంలో గందరగోళం వ్యాపించింది. ఝాలా మాన్‌సింగ్, రాథోడ్ శంకర్‌దాస్, రావత్ నెట్సీ తదితరులు కొంతకాలం మొఘల్ సైన్యాన్ని ధైర్యంగా ఎదుర్కొన్నారు, అయితే మాన్‌సింగ్ అంగరక్షకుల దాడి కారణంగా వారు ఎదుర్కొన్నారు. వెనక్కి అడుగు వేయడానికి. మధ్యాహ్నం వరకు, మేవార్ సైన్యం

పరిస్థితి దారుణంగా ఉంది. మొఘల్ సైన్యం ఒత్తిడి తెస్తూనే ఉంది. ఫలితంగా చాలా మంది రాజపుత్ర సైనికులు అమరులయ్యారు. చివరికి మొఘల్ సైన్యం గెలిచింది.

యుద్ధంలో ఎవరు గెలిచారనే దానిపై భిన్నాభిప్రాయాలు ఉన్నప్పటికీ, చాలా మంది పండితులు యుద్ధంలో మొఘలులు గెలిచారని అభిప్రాయపడ్డారు. యుద్ధంలో మొఘలులు గెలిచారని ముస్లిం చరిత్రకారులు చెబుతుంటే, మరికొందరు చరిత్రకారులు మహారాణా యుద్ధంలో గెలిచారని చెప్పారు. యుద్ధంలో మొఘలులు గెలిచారని బదయుని రాశారు. ఈ విజయ వార్తతో అతనే స్వయంగా అక్బర్ వద్దకు వెళ్లాడు, అయితే దారిలో ఈ విజయ వార్త ఎవరికి ఇచ్చినా నమ్మలేదు. ఈ యుద్ధంలో మొఘల్ పక్షం తమ అసలు లక్ష్యాన్ని చేరుకోకపోవడం కూడా తాము గెలిచామని ఇరువర్గాలు చెప్పుకోవడానికి మరో కారణం కావచ్చు. యుద్ధంలో మహారాణా ప్రతాప్‌ని పట్టుకోవాలని అక్బర్ ఆదేశం. ఈ యుద్ధంలో, ప్రతాప్‌ని పట్టుకోలేకపోయారు లేదా మేవార్‌ని పట్టుకోలేకపోయారు. ఇది నిర్ణయాత్మక యుద్ధం కాదు. ఈ కోణంలో దీనిని ప్రతాప్ ఓటమి అని చెప్పలేము. అవును, ఇది ఖచ్చితంగా అతని బలానికి దెబ్బ.

ఈ యుద్ధంలో మొఘల్ సైన్యం కూడా తీవ్రంగా నష్టపోయింది. బహుశా, మహారాణాను అనుసరించే సామర్థ్యం వారికి మిగిలి ఉండకపోవచ్చు. ఈ యుద్ధంలో ఆశించిన విజయం సాధించనందుకు అక్బర్ చాలా కోపంగా ఉన్నాడు. అతను ఈ సైన్యానికి కమాండర్ అయినందున అతను దీనికి మాన్‌సింగ్‌ను బాధ్యుడయ్యాడు. కాబట్టి, అక్బర్ ఆరు నెలల పాటు అతని కోర్టులోకి ప్రవేశించకుండా నిషేధించాడు. యుద్ధం యొక్క ఈ అనిశ్చిత ఫలితం గురించి వ్రాస్తూ, డాక్టర్ శ్రీవాస్తవ ఇలా వ్రాశారు:

"హల్దీఘాటిలో విజయం కష్టపడి సాధించబడింది మరియు అర్థరహితమైనది. ఈ ప్రచారం యొక్క ప్రధాన లక్ష్యంలో మాన్‌సింగ్ విఫలమయ్యాడు. అందువల్ల, రాణా ప్రతాప్‌ను చంపలేరు, పట్టుకోలేరు మరియు మేవార్‌ను స్వాధీనం చేసుకోలేరు. రాణా బలం తగ్గలేదు. ఈ యుద్ధం, అతను కేవలం తన బలానికి ఒక కుదుపు వచ్చింది. అనేక అంశాల నుండి, ఇది యుద్ధం ఒక వరం అని నిరూపించబడింది. ఇది రానాను

నిరుత్సాహపరిచే బదులు, అతనిని మరింత దృఢంగా చేసింది. ప్రపంచంలోని అత్యంత బలమైన మరియు అత్యంత సంపన్నమైన చక్రవర్తిని అతని సైనికులు ఎదుర్కొన్న ధైర్యసాహసాలు అతని స్వంత శక్తిపై విశ్వాసాన్ని పెంచాయి. అక్బర్‌కి వ్యతిరేకంగా పోరాడాలనే అతని సంకల్పం మరింత బలపడింది. 21 జూన్ 1576 యుద్ధం ఈ రోజుకు ముందు మరియు ఈ రోజు తర్వాత ప్రతాప్ విధానాలు మరియు పనుల మధ్య సరిహద్దు రేఖ. ఈ యుద్ధం తరువాత, మొఘల్ పాలనలోని మేవార్ ప్రాంతాలను తిరిగి పొందే కార్యక్రమం రూపుదిద్దుకుంది. ప్రతాప్ భవిష్యత్తులో, బహిరంగ ప్రదేశంలో తన కంటే ఎక్కువ శత్రువుతో పోరాడకూడదని నిర్ణయించుకున్నాడు.

చంపబడిన వారి సంఖ్య

హల్దీఘాటి యుద్ధం ఐదు లేదా ఆరు గంటల పాటు సాగింది. ఈ యుద్ధంలో, మొఘల్ మరియు మేవార్ సైన్యాలకు చెందిన అనేక మంది యోధులు మరణించారు. మేవార్ సైన్యం నుండి, జైమాల్ కుమారుడు, రాథోడ్ రాందాస్, సామంత్ ఝాలా, రాంషా మరియు అతని కుమారుడు శాలివాహన్ మరణించిన వారిలో ప్రధానులు. మేవార్ కోసం పోరాడుతున్న తన్వర్ వంశానికి చెందిన వీరంతా యుద్ధంలో మరణించారు. యుద్ధంలో ఇరువైపులా ఎంతమంది సైనికులు చనిపోయారు?- చరిత్ర పుస్తకాల్లో దీనిపై భిన్నాభిప్రాయాలు ఉన్నాయి. 'తబ్‌కటే అక్బరీ' ప్రకారం మొఘల్ సైన్యంలోని 380 మంది హిందువులు మరియు 120 మంది ముస్లింలు మరణించారు మరియు 300 మందికి పైగా ముస్లింలు గాయపడ్డారు. అబుల్ ఫజల్ ప్రకారం, 150 మంది మొఘల్ సైనికులు మరియు 500 మంది మేవార్ సైనికులు మరణించారు. ఇక్బాల్ అనే రచయిత ఈ యుద్ధంలో మొఘల్ వైపు నుండి 50 మంది సైనికులు మరియు మేవార్ వైపు నుండి 500 మంది సైనికులు మాత్రమే మరణించారని రాశారు. ఇక్బాల్నామాలో ఇచ్చిన ఈ వివరణ సరైనది కాదు, ఎందుకంటే కేవలం 50 మంది మొఘల్ సైనికులు

మాత్రమే చంపబడ్డారని నమ్మశక్యంగా లేదు. వీర్ వినోద్ వంటి రాజ్‌పుత్ మూలాల ప్రకారం, 20,000 మంది మేవార్ సైనికులు మరియు అసంఖ్యాక మొఘల్ సైనికులు మరణించారు. ఈ వివరణ కూడా పక్షపాతంగా మరియు అతిశయోక్తిగా కనిపిస్తుంది. శక్తిసింగ్‌ను కలిసిన తర్వాత మహారాణా ప్రతాప్ కొల్యారి గ్రామానికి చేరుకున్నారు. యుద్ధం ముగిసిన తర్వాత, గాయపడిన రాజపుత్ర సైనికులందరినీ కూడా అక్కడికి తీసుకువచ్చారు. అక్కడ క్షతగాత్రులందరికీ చికిత్స అందించారు.

మహారాణా ఓటమికి కారణాలు

రాజ్‌పుత్‌లలో శౌర్యం, ఉత్సాహం, సైనికుడి లాంటి లక్షణాలు లేకపోయినా, మేవార్ ఎందుకు ఓడిపోయాడు? దీనికి కారణం కనుక్కోవాలంటే మహారాణా యుద్ధ వ్యూహాన్ని, అప్పటి పరిస్థితులను విశ్లేషించాలి. రాజుగా పట్టాభిషిక్తుడైన తర్వాత, మొఘల్ చక్రవర్తితో ప్రతాప్‌కి ఇది మొదటి యుద్ధం. అతను తన తండ్రి ఉదయసింగ్ కాలంలో యుద్ధాలలో పాల్గొన్నప్పటికీ, ఆ సమయంలో అతను యువరాజు మాత్రమే. అలాగే, ఉదయసింగ్ కాలంలో మొఘలులు మేవార్‌పై దాడి చేసినప్పుడు, ఆ సమయంలో మొత్తం రాజకుటుంబాన్ని సురక్షిత ప్రదేశాలకు అడవులకు పంపారు. కాబట్టి, వారికి ఇంతకు ముందు ఇలాంటి యుద్ధ అనుభవం లేదు. హల్దీఘాటి యుద్ధంలో, వారు సంప్రదాయబద్ధంగా పోరాడారు. ఇదే వారి ఓటమికి అతి పెద్ద కారణం. మహారాణా ప్రతాప్ తన సైన్యాన్ని మొత్తం ఒక చోటికి తీసుకురాకూడదు. వారు ఒక గుహ ప్రవేశద్వారం వద్ద పోరాడుతున్నప్పుడు, వారి వైపు బలంగా ఉంది, మరియు వారు అక్కడ నుండి ముందుకు వెళ్ళినప్పుడు, అది వారికి ప్రాణాంతకం అని నిరూపించబడింది, ఎందుకంటే ఆ ప్రదేశం కఠినమైన మరియు అసమానంగా ఉండటం వల్ల మొఘలులకు యుద్ధం చేయడం కష్టం. కాబట్టి, రాజపుత్రులు ఆ ప్రదేశంలో శత్రువులతో నిమగ్నమై ఉంటే బాగుండేది. మహారాణా తన సైన్యాన్ని లోయలోని వివిధ గుహలు మరియు పర్వతాలలో విస్తరించి ఉండవచ్చు. దీని తరువాత, ప్రత్యర్థి సైన్యం ముందుకు సాగి శత్రువులచే చుట్టుముట్టబడి ఉండేది. అప్పుడు వాటిని సులభంగా ముగించవచ్చు. మహారాణా సైనికులు మొదట్లోనే మొఘల్ సైనికులపై దాడి చేశారు. దీంతో వారు త్వరగా అలసిపోయారు. మొఘల్ సైనికులు పూర్తి క్రమశిక్షణతో

పోరాడారు, అయితే ప్రతాప్ యుద్ధభూమి నుండి తప్పించుకోవడంతో మేవార్ సైన్యంలో గందరగోళం వ్యాపించింది. ఇది కాకుండా, శత్రు సైన్యం సంఖ్య కంటే ఎక్కువ ఈ ఓటమికి మహారాణా సైన్యం కూడా ప్రధాన కారణం. ఈ ఓటమికి గల కారణాలన్నింటిని వెలుగులోకి తెస్తూ, డాక్టర్ గోపీనాథ్ ఇలా వ్రాశారు –

"సాంప్రదాయ పోరాట పద్ధతి కారణంగా వారు ఓడిపోవాల్సి వచ్చిందనడంలో సందేహం లేదు. మొదటిగా, తన సైనికులను సమూహాలుగా విభజించి లోయలోని ఇరుకైన ప్రాంతాల్లో నిలపడం సరికాదు. సరైన మార్గం. శత్రువులు లోయలోనే చుట్టుముట్టబడే విధంగా లోయలు, గుహలు మరియు పర్వతాలలో అతను తన సైనికులను చెదరగొట్టి ఉండాలి మరియు వారు అక్కడి నుండి బయటకు రావడానికి విధ్వంసం లేదా మరణం అని అర్థం.రెండవది, మొఘలుల ప్రధాన దళం వెనక్కి తగ్గిన వెంటనే, రాణా తన సైన్యాన్ని మొదట్లోనే యుద్ధంలోకి నెట్టడం ద్వారా అలసిపోయాడు.మూడోసారి, మొఘలులను రెండవసారి ఎదుర్కొన్నప్పుడు, రాజపుత్రులు అసంఘటితమయ్యారు, కానీ దీనికి విరుద్ధంగా, మొఘలులు పూర్తి క్రమశిక్షణతో పోరాడారు.శత్రువు సైనికులు ఎక్కువ సంఖ్యలో ఉండటం మరియు వారు రాజ్‌పుత్‌లతో ధైర్యంగా పోరాడడం కూడా రాణా మరియు అతని సైనికులు వెనుకడుగు వేయడానికి ఒక కారణం.అప్పటికీ, యుద్ధరంగం నుండి ప్రశాంతమైన మనస్సుతో తప్పించుకోవడం ద్వారా మహారాణా తన తెలివితేటలకు రుజువు ఇచ్చాడు. . ఇది అతని ముఖ్యమైన అడుగు. ఇక్కడ నుండి తప్పించుకున్న తరువాత, అతను తన దేశాన్ని రక్షించడంలో చురుకుగా పాల్గొన్నాడు, ఇది యుద్ధంలో మరణించిన అతని కంటే చాలా మంచిది."

ఖచ్చితంగా, మహారాణా యుద్ధభూమి నుండి తప్పించుకుని తనను తాను రక్షించుకోవడం ప్రశంసనీయమైన చర్య. అతను యుద్ధంలో పోరాడి మరణించినట్లయితే, అతను సజీవంగా ఉండటం వల్ల మేవార్ చరిత్రకు వారికి లభించిన వైభవం ఉండేది కాదు. దీనితో పోలిస్తే హల్దీఘాటి యుద్ధం ఒక చిన్న సంఘటన, మరియు దీనిని ఓటమి అని ఎందుకు అనాలి, ఇది మేవార్ యొక్క అద్భుతమైన చరిత్రలో ఒక సువర్ణ అధ్యాయానికి బీజం, ఇది సుదీర్ఘ పోరాటానికి పునాది.

ఐదవ అధ్యాయం

దాడి-ప్రతిదాడి

గోగుండను మాన్సింగ్ స్వాధీనం చేసుకోవడం

ప్రతాప్ సురక్షితంగా తప్పించుకోవడం మేవార్‌కు చాలా అదృష్టం. కోయరీలో క్షతగాత్రులకు చికిత్స అందించేందుకు ఏర్పాట్లు చేసిన తర్వాత ప్రతాప్ గోగుండ మీదుగా మఝెరా చేరుకున్నారు. అక్కడ అతను భీలులను సేకరించి కొత్త సైన్యాన్ని తయారుచేశాడు. మహారాణా గోగుండ దగ్గర ఉన్నాడని మాన్‌సింగ్‌కి వార్త వచ్చింది. అతను ఇది భవిష్యత్తులో ఇబ్బందులకు సూచనగా భావించాడు. కాబట్టి, అతను తన సైన్యాన్ని తీసుకొని వెంటనే గోగుండ కోసం బయలుదేరాడు మరియు హల్దీఘాటి యుద్ధం యొక్క మూడవ రోజు, 23 జూన్ 1576 న, అతను గోగుండను స్వాధీనం చేసుకున్నాడు.

గోగుండలో మొఘల్ సైన్యం స్థానం

గోగుండ మొఘల్ సైన్యానికి బాధ కలిగించింది. ఆ పర్వత ప్రాంతంలో ఆహార ధాన్యాలు ఉత్పత్తి కాలేదు లేదా వ్యాపారులు మరియు వ్యాపారులు అక్కడికి వచ్చేవారు. మొఘల్ సైన్యానికి తిండికి పెద్ద సమస్య ఏర్పడింది. చాలా రోజులు మామిడిపండ్లు, మాంసంపైనే ఆధారపడాల్సి వచ్చింది. అక్కడ మామిడికాయలు విరివిగా ఉండేవి. ఆకలితో ఉన్న మొఘల్ సైన్యం ఈ మామిడి పండ్లను తిని కడుపు నింపుకోవడం ప్రారంభించింది. దీంతో చాలా మంది సైనికులు అస్వస్థతకు గురయ్యారు. కాబట్టి, బయటి నుండి ఆహారం తెచ్చుకోవడానికి మనుషులను పంపారు. పర్వతాలలో మనుష్యుల గుంపులు ఎవరైనా కనిపిస్తే, వారిని పట్టుకోవాలని కూడా వారికి ఆదేశాలు ఇవ్వబడ్డాయి.

దీనితో పాటు, ప్రతాప్ ఎప్పుడైనా దాడి చేస్తాడని మొఘల్ సైన్యం ఎప్పుడూ భయపడుతూ ఉండేది. క్లుప్తంగా చెప్పాలంటే ఇక్కడ రాజసైన్యం బందీలుగా బతుకుతున్నదని చెప్పవచ్చు. శ్రీ ఓజా జీ ఈ అంశంపై రాశారు -

"గోగుండకు చేరుకున్న తర్వాత కూడా, రాజ అధికారులు ప్రతాప్ తమపై ఎప్పుడైనా దాడి చేస్తారని భయపడ్డారు. రాజసైన్యం గోగుండలో బందీలుగా జీవించింది మరియు ఆహార ధాన్యాలు కూడా తీసుకురాలేకపోయింది, దాని కారణంగా వారు మరింత బాధపడ్డారు."

ఈ భయం కారణంగా, మాన్‌సింగ్‌కు గోగుండా మొత్తం కోట కట్టారు. నలువైపులా లోతైన గుంటను తవ్వి ఎత్తైన గోడను నిర్మించారు, కాబట్టి ఎవరూ ఎక్కి లోపలికి రాలేరు. దీనిని వివరిస్తూ నిజాముద్దీన్ అహ్మద్ బక్షి ఇలా వ్రాశారు:

"రాణా రాత్రులు తమపై దాడి చేస్తారని అమీర్లు భయపడ్డారు, కాబట్టి, వారి రక్షణ కోసం వారు అన్ని ప్రాంతాలలో కంచె నిర్మించారు మరియు గ్రామం చుట్టూ ఒక గుంటను తవ్వారు మరియు గుర్రాలు కూడా దూకలేని విధంగా ఎత్తైన గోడను నిర్మించారు. ఆ తర్వాతే తాము క్షేమంగా ఉన్నామని అనుకున్నారు.. ఆ తర్వాత చనిపోయిన సైనికులు, గుర్రాల జాబితాను తయారు చేయడం మొదలుపెట్టారు.. అప్పుడు సయ్యద్ అహ్మద్ ఖాన్ బర్హా ఇలా అన్నారు - ఇలాంటి జాబితా తయారు చేయాల్సిన అవసరం ఏముంది? భోజన ఏర్పాట్లు చేయడానికి."

బదయుని అక్బర్ వద్దకు వెళ్తున్నాడు

యుద్ధ వార్తల కోసం అక్బర్ అసహనంగా ఎదురు చూస్తున్నాడు. అతను మహమూద్ ఖాన్‌ను యుద్ధ వార్తలను తెలుసుకునేందుకు గోగుండకు పంపాడు. గోగుండా నుండి తిరిగి వచ్చిన తరువాత, అతను అక్బర్‌కు యుద్ధం గురించి పూర్తి వివరణ ఇచ్చాడు. హల్దీఘాటిలో విజయం సాధించినందుకు అక్బర్ సంతోషించాడు, కానీ మహారాణా అక్కడి నుండి తప్పించుకున్న వార్తతో అతను చాలా అసంతృప్తి చెందాడు.

మేవార్ సైన్యం నుండి గెలుపొందిన రాంప్రసాద్ అనే ఏనుగు అక్బర్‌కు ముఖ్యమైన స్థానం కల్పించింది. ప్రతాప్‌ని చాలాసార్లు అడిగినా ప్రతాప్ తిరస్కరించాడు. ఇప్పటి వరకు ఈ ఏనుగు గోగుండ సైన్యంలో ఉండేది రాంప్రసాద్‌ని వీలైనంత త్వరగా అక్బర్ వద్దకు పంపడం సరైనదని రాజ సైన్యం అధికారులు భావించారు. అసఫ్‌ఖాన్‌తో సంప్రదించి, రాంప్రసాద్‌తో బడయుని పంపాలని నిర్ణయించారు. అక్బర్ చక్రవర్తి ఆ సమయంలో ఫతేపూర్‌లో ఉన్నందున అతనితో 300 మంది అంగరక్షకులను తీసుకొని, రాంప్రసాద్‌తో కలిసి ఫతేపూర్ వైపు బయలుదేరాడు. అనేక ప్రదేశాలలో మొఘల్ స్థావరాలను స్థాపించి, మాన్సింగ్ కూడా బదయునితో కలిసి గోగుండ నుండి 40 మైళ్ల దూరంలో ఉన్న మోహి గ్రామం వరకు వేటాడాడు. బదయుని బకౌర్ మరియు మండల్ ఘర్ మీదుగా అమెర్‌కు వెళ్లాడు. మొఘల్ మరియు మేవార్ యుద్ధ వార్త ప్రతిచోటా వ్యాపించింది. దారిలో బడాయుని మొఘల్ విజయం గురించి ప్రజలకు చెప్పేవాడు, కానీ ప్రజలు నమ్మలేదు. 25 జూన్ 1576న బదయుని ఫతేపూర్ చేరుకుని అక్బర్‌ని కలిశాడు.

మొఘల్ విజయాన్ని కానుకగా భగవాన్‌దాస్ రాజు ఏనుగు రాంప్రసాద్‌ను సమర్పించాడు. యుద్ధంలో విజయం మరియు రాంప్రసాద్‌ను పొందడం పట్ల అక్బర్ సంతోషించాడు, కాని మహారాణాను పట్టుకోనందుకు అతను తన సేనాధిపతులపై కోపంగా ఉన్నాడు. మాన్‌సింగ్ మహారాణాకు సహాయం చేశాడని అక్బర్‌కు అనుమానం వచ్చింది. అతను మాన్‌సింగ్‌ను రాజ దర్బారులోకి రాకుండా రెండేళ్లపాటు నిషేధించాడు.

అక్బర్ హల్దీఘాటిలో విజయాన్ని పీర్ యొక్క ఆశీర్వాదాల ఫలితంగా భావించాడు. అందుకే రాంప్రసాద్‌ని బహూకరించినప్పుడు ఆయన పేరు మార్చి పీరప్రసాద్‌గా ఉంచారు.

ప్రతాప్ గోగుండను తిరిగి పొందుతున్నాడు

అక్కడ మొఘల్ పక్షం, హల్దీఘాటి యుద్ధాన్ని విశ్లేషించిన తర్వాత, భవిష్యత్ యుద్ధాల కోసం ప్రణాళికలు సిద్ధం చేయడంలో బిజీగా ఉంది మరియు ఇక్కడ మహారాణా మొఘలులచే స్వాధీనం చేసుకున్న తన రాష్ట్రంలోని భాగాలను తిరిగి పొందాలని

యోచిస్తున్నాడు. హల్దీఘాటి యుద్ధం జరిగిన వెంటనే, గోగుండ పట్టుబడ్డాడు, కానీ ప్రతాప్ మౌనంగా ఉండడు. అతని కార్యకలాపాల వల్ల మొఘల్ సైన్యానికి గోగుండాలో ఉండడం కష్టంగా మారింది. ఇంతలో ప్రతాపు సైన్యం మళ్లీ గోగుండను పట్టుకునే మంచి అవకాశం వచ్చింది. దీంతో కోపోద్రిక్తుడైన అక్బర్ మాన్‌సింగ్‌ను గోగుండా నుంచి అజ్మీర్ కు పిలిపించాడు. అతని స్థానంలో కుతుబుద్దీన్ మహమ్మద్ ఖాన్, కులీ ఖాన్ మొదలైన వారిని గోగుండాకు పంపారు. మేవార్ మొత్తం వెతికి ప్రతాప్‌ని కనుగొని చంపమని వారికి ఆదేశాలు వచ్చాయి.

మాన్‌సింగ్ గోగుండాలో ఉన్న సమయంలో, మొఘల్ సైనికులు ఆహారం కోసం బయటికి వెళ్లినప్పుడు, మహారాణా మరియు భీల్స్ సైనికులు కొన్నిసార్లు వారిపై దాడి చేసేవారు.

మాన్‌సింగ్ అక్కడి నుండి వెళ్లడం మహారాణాకు చాలా ప్రయోజనకరంగా మారింది. అక్బర్, కుతుబుద్దీన్ మహమ్మద్ ఖాన్ మరియు కులీ ఖాన్ పంపిన కొత్త కమాండర్లు గోగుండాపై తమ నియంత్రణను నిలుపుకోలేకపోయారు. మహారాణా ప్రతాప్ ఈ పరిస్థితిని పూర్తిగా ఉపయోగించుకున్నాడు. జూలై 1576లో, అతను మళ్లీ గోగుండాపై దాడి చేశాడు. మొఘల్ సైన్యం వారిని ఎదుర్కోలేక అక్కడి నుంచి పారిపోయింది. ఈ విధంగా, ఎక్కువ పోరాటం లేకుండా, ప్రతాప్ గోగుండను తిరిగి పొందగలిగాడు.

గోగుండను తిరిగి పొందిన తరువాత, మహారాణా కుంభాల్‌ఘుర్‌ను తన నివాసంగా చేసుకున్నాడు. గోగుండా మరియు కుంభాల్‌ఘుర్ రెండింటిలోనూ కొత్త నిర్వాహకులు నియమితులయ్యారు. దీని తరువాత, అతను తన భవిష్యత్ కార్యాచరణను ప్లాన్ చేయడం ప్రారంభించాడు.

మేవార్‌కు అక్బర్ బయలుదేరడం

మేవార్ అక్బర్‌కు ప్రతిష్ట సమస్యగా మారింది. ఈ అధ్యాయంలో వివరించిన సంఘటనల నుండి ఇది చాలా స్పష్టంగా ఉంది. అందుకే ప్రతాప్‌ని అణచివేయాలని నిర్ణయించుకున్నాడు కానీ, తన నిర్ణయాన్ని ఎవరికీ చెప్పలేదు. రాజ్‌పుతానాకు

వెళుతున్నప్పుడు, అతను గెలిచిన మేవార్ ప్రాంతాలలో వేటాడేందుకు అక్కడికి వెళ్లడానికి కారణాన్ని చెప్పాడు. అతను ప్రతి సంవత్సరం సెప్టెంబర్ నెలలో ఖ్వాజాలోని ఉర్స్‌లో అజ్మీర్‌కు వెళ్లేవాడు. దాడికి ప్రణాళికలు రూపొందించేందుకు మార్చి నెలలో అజ్మీర్ వెళ్లాడు. అక్కడ అతను ఖ్వాజా సమాధిపై ప్రార్థించాడు మరియు ప్రతాప్‌ను ఓడించడానికి ప్రణాళికలు వేయడం ప్రారంభించాడు.

హల్దీఘాటి యుద్ధంలో విజయం సాధించినప్పుడు, చాలా మంది ప్రజలకు ప్రమోషన్లు మరియు బహుమతులు ఇవ్వబడ్డాయి. మిహ్తార్ ఖాన్ ఉన్నారు అక్బర్ చక్రవర్తి యుద్ధభూమికి వస్తాడనే తప్పుడు వార్తలను ప్రచారం చేయడం ద్వారా పారిపోతున్న మొఘల్ సైన్యాన్ని పరుగెత్తకుండా ఆపినందుకు మరియు ఓటమిని నిరోధించినందున ప్రత్యేక గౌరవాలు ఇవ్వబడ్డాయి. కానీ, మాన్‌సింగ్ మరియు అసఫ్ ఖాన్‌లను కలవడానికి కూడా అక్బర్ నిరాకరించాడు

అక్బర్ హల్దీఘాటిలో విజయం సాధించి, ఆ తర్వాత గోగుండా కోటను జయించడాన్ని విలువైనదిగా భావించలేదు. ప్రతాప్‌ని అణచివేయాలని నిర్ణయించుకున్నాడు. కాబట్టి, మాన్‌సింగ్ చేయలేని పని, అతను 1576 అక్టోబరు 11న మేవార్ నుండి గోగుండాకు బయలుదేరాడు. మేవార్ సైనికులు అక్బర్‌పై దాడి చేయడానికి ఎక్కడైనా దాక్కుని ఉంటే, వారి నుండి అక్బర్‌కు రక్షణ లభించేలా మొత్తం మార్గంలో అక్బర్‌కు రక్షణ కల్పించేందుకు ఏర్పాట్లు చేశారు. 1576 అక్టోబరు 13న గోగుండ చేరుకున్నాడు. అక్బర్ రాక గురించి తెలుసుకున్న మహారాణా ప్రతాప్ పర్వతాలలోకి వెళ్ళాడు. ఈ విధంగా, మొఘలులు మళ్లీ గోగుండాపై నియంత్రణ సాధించారు. అక్బర్ కొన్ని రోజులు గోగుండను తన ప్రధాన కార్యాలయంగా చేసుకున్నాడు.

అక్బర్ మహారాణా ప్రతాప్ వార్తలను తెలుసుకోవడానికి రాజు భగవందాస్, మాన్సింగ్, కుతుబుద్దీన్ ఖాన్ మొదలైన వారిని పంపాడు. ఈ బృందం తమ సైన్యంతో ఎక్కడికి వెళ్లినా మహారాణా ప్రతాప్ దాడుల వల్ల నష్టపోవాల్సి వచ్చింది. నిరాశతో ఈ జట్టు తిరిగి వచ్చింది. వారి ఈ వైఫల్యానికి కోపంతో, అక్బర్ వారి 'ద్యోది'ని ఆపివేశారు, అది

క్షమాపణ కోరిన తర్వాత మళ్లీ ప్రారంభించబడింది. ఇప్పుడు అక్బర్ స్వయంగా ముందుకు వచ్చాడు. యుద్ధం జరిగిన హల్దీఘాటిలోని ఆ ప్రదేశాలను స్వయంగా చూడాలనుకున్నాడు. అతను అన్ని ప్రాంతాలకు వెళ్ళాడు. ప్రతాప్ తప్పించుకోకుండా గుజరాత్ హైవేపై భద్రతా ఏర్పాట్లను పటిష్టంగా చేశాడు. దీని తరువాత, అతను తూర్పు వైపు వెళ్ళాడు. నాథద్వారా సమీపంలో, మోహి వద్ద, అతను 30,000 మంది సైనికులకు కొంతమంది సమర్థులైన కమాండర్ల ఆధ్వర్యంలో ఏర్పాట్లు చేశాడు. దీని తరువాత, నవంబర్లో మడారియాలో రాజ పదవిని స్థాపించి, అతను ఉదయపూర్ చేరుకున్నాడు. ఉదయపూర్లో కొన్ని రోజులు ఉండి, ఫకృద్దీన్ మరియు జగన్నాథ్లను నిర్వాహకులుగా నియమించాడు ఆ స్థలం యొక్క. ఉదయపూర్ పర్వత ప్రాంతాల బాధ్యతను సయ్యద్ అబ్దుల్లా ఖాన్ మరియు భగవాన్‌దాస్‌లకు అప్పగిస్తూ, అతను బన్స్వారా మరియు దుంగార్పూర్ వైపు వెళ్లాడు. రెండు నెలల పాటు, అతను పశ్చిమ పర్వతాల యొక్క ఈశాన్య మరియు ఆగ్నేయ మూలల్లో పోస్ట్‌లను స్థాపించాడు. ప్రతాప్ ఈ పర్వత శ్రేణిలో ఉన్నాడు. ఇలా చేయడం ద్వారా, అక్బర్ లొంగిపోయేలా బలవంతంగా ప్రయత్నించాడు.

అక్బర్ ఎన్నో ప్రయత్నాలు చేసినా ప్రతాప్‌ని పట్టుకోలేకపోయాడు. ఈ సమయంలో, గోగుండను మళ్లీ స్వాధీనం చేసుకోవాలని ప్రతాప్ ప్లాన్ చేస్తున్నాడని అతనికి వార్తలు వచ్చాయి. కాబట్టి భగవందాస్, మాన్సింగ్, మీర్జాఖాన్ మొదలైన వారిని మళ్లీ గోగుండాకు పంపారు. అక్కడ బందోబస్తు కోసం పటిష్ట ఏర్పాట్లు చేసి ఈ బృందం తిరుగు ప్రయాణమయ్యారు. ఈ విధంగా, మేవార్లో సుమారు ఆరు నెలలు ఉండి, తన శక్తితో ప్రయత్నించినప్పటికీ, అకబ్రు మహారాణాను పట్టుకోలేకపోయాడు. మహారాణా ప్రతాప్ ను పట్టుకోవడం అంత తేలికైన విషయం కాదని అతను గ్రహించాడు.

అక్బర్ కొత్త పొత్తులు

ఈ ప్రచారంలో, అక్బర్ మహారాణాను పట్టుకోలేకపోయినప్పటికీ, అతను కొన్ని రాజ కుటుంబాలతో కొత్త సంబంధాలను ఏర్పరచుకోగలిగాడు. బన్స్వారాకు చెందిన రావల్

ప్రతాప్‌సింగ్ మరియు దుంగార్‌పూర్‌కు చెందిన రావల్ ఆస్కరన్ ఇద్దరూ మహారాణా స్నేహితులు. భగవందాస్ వారిద్దరినీ తన వైపుకు తీసుకొచ్చి అక్బర్ ముందు సమర్పించాడు. దీంతో అక్బర్ చాలా సంతోషించాడు. ఇద్దరికీ సముచిత గౌరవం ఇచ్చాడు. దుంగార్‌పూర్ యువరాణిని వివాహం చేసుకోవడం ద్వారా, అక్బర్ రావల్ ఆస్కరన్‌ని తన స్నేహితుడిగా చేసుకున్నాడు. దీని తర్వాత, అతను మాల్వా కోసం ప్రారంభించాడు.

సిరోహి మరియు బూండి, ఈ రెండు రాష్ట్రాలు మహారాణా పట్ల సానుభూతిని కలిగి ఉన్నాయి. వారిపై అక్బర్ ప్రభావం లేదు. ఈ సమయంలో, అక్బర్ సిరోహిపై దాడి చేయడానికి రైసింగ్‌ను పంపాడు. సిరోహి పాలకుడు అబూ వద్దకు పారిపోయాడు. రైసింగ్ అక్కడ అతనిని అనుసరించాడు. చివరికి రావు సూర్తన్ లొంగిపోయాడు. రైసింగ్ అక్బర్ కంటే ముందే అతన్ని తీసుకెళ్లాడు. అతను అక్బర్ పాలనను అంగీకరించాడు. అదేవిధంగా, సెప్టెంబర్ 1576లో, బూందీని స్వాధీనం చేసుకోవడానికి, సఫ్దర్ ఖాన్ నాయకత్వంలో సైన్యాన్ని పంపారు. ఈ సైన్యం కాదు విజయవంతమైంది, కాబట్టి మళ్లీ 1577 మార్చిలో జైన్‌ఖాన్ కోకా నాయకత్వంలో మరో సైన్యం పంపబడింది. ఈ యుద్ధంలో, అంతర్గత కుటుంబ సమస్యల కారణంగా, యువరాజు దుర్జన్‌సింగ్ సైన్యానికి నాయకత్వం వహిస్తుండగా, అతని తండ్రి, సుర్జన్ మరియు సోదరుడు మొఘల్ సైన్యం వైపు ఉన్నారు. చివరికి బూందీ ఓడిపోయింది. ఈ విధంగా, మేవార్ మొఘల్ కోటల రేఖతో చుట్టుముట్టబడింది. 1577 మే 12న అక్బర్ ఫతేపూర్ సిక్రీకి తిరిగి వచ్చాడు.

ఉదయపూర్-గోగుండను తిరిగి స్వాధీనం చేసుకున్న

ప్రతాప్ మొఘలులు ఒకసారి మేవార్‌పై దాడి చేస్తే, మహారాణా తిరిగి వారిపై దాడి చేయడానికి ఏ అవకాశాన్ని వదిలిపెట్టదు. ఈ పోరాటం దాగుడు మూతల ఆట రూపాన్ని సంతరించుకుంది. అక్బర్ మేవార్‌కు తిరిగి వచ్చిన వెంటనే, మహారాణా మళ్లీ క్రియాశీలకంగా మారాడు. అక్బర్ నెలకొల్పిన పోస్టులపై దాడులు చేయడం ప్రారంభించాడు. అతను మేవార్ నుండి ఆగర్ వెళ్లే రహదారిని స్వాధీనం చేసుకున్నాడు.

అందువల్ల, ఈ మార్గం నుండి మొఘల్ సైన్యం యొక్క మార్గం నిలిపివేయబడింది. ఉదయపూర్ మరియు గోగుండాలో స్థాపించబడిన మొఘల్ పోస్టులు తొలగించబడ్డాయి మరియు మహారాణా వీటిపై నియంత్రణ సాధించాడు. మోహిపై దాడిలో, ఆ పోస్ట్ ఇన్స్పెక్టర్ మరణించాడు. వీర వినోద్ ప్రకారం, మహారాణా ఒక్క నిమిషం కూడా ప్రశాంతంగా కూర్చోలేదు. ఈ సమయంలో, అతను తన యుద్ధ దుస్తులను ఒక్క నిమిషం కూడా తీసివేయలేదు.

అక్బర్ షాబాజ్ ఖాన్‌ను మేవార్‌కు పంపడం

మొఘల్ చక్రవర్తి ప్రతాప్ యొక్క ఈ చర్యలకు కోపం తెచ్చుకున్నాడు. ఆ సమయంలో ఆయన మీరట్‌లో ఉన్నారు. మహారాణాను చంపడానికి మళ్లీ ప్రత్యేక సైన్యాన్ని పంపాడు. ఈ సైన్యానికి కమాండర్ షాబాజ్ ఖాన్. కింగ్ భగవాన్‌దాస్, మాన్‌సింగ్, సయ్యద్ హాషీం, పాయందా ఖాన్ మొఘల్, సయ్యద్ కాసిం, సయ్యద్ రాజు, ఉలాగ్ అసద్ తుర్క్‌మన్, గాజీ ఖాన్ బాదాక్షి, షరీఫ్ ఖాన్ అత్గా, మీర్జా ఖాన్ఖానా, గజ్రా చౌహాన్ మొదలైన పెద్ద సైన్యాధికారులను సైన్యంతో పంపాడు. 15 అక్టోబరు 1577న, ఈ సైన్యం తన మిషన్‌ను ప్రారంభించి మేవార్‌కు చేరుకుంది. ఎన్నో ప్రయత్నాలు చేసినా అవి సఫలం కాలేదు. కాబట్టి, షాబాజ్ ఖాన్ అక్బర్ నుండి మరింత సైన్యాన్ని కోరింది. అక్బర్ వెంటనే షేక్ ఇబ్రహీం ఫతేపురి ఆధ్వర్యంలో సైన్యాన్ని పంపాడు.

రెండు సైన్యాలను తన వెంట తీసుకుని షాబాజ్ ఖాన్ ముందుకు కదిలాడు. అతను తన లక్ష్యాన్ని సాధించడానికి ఏ రాయిని వదిలిపేయకూడదనుకున్నాడు. రాజ్‌పుత్‌లు కావడం వల్ల రాజా మాన్‌సింగ్ మరియు భగవాన్‌దాస్ ప్రతాప్‌కి దొంగచాటుగా సహాయం చేస్తారని అతనికి అనుమానం వచ్చింది. కాబట్టి, అతను వారిద్దరినీ ఈ మిషన్ నుండి తొలగించాడు. ఇది మాత్రమే కాదు, అతను ఈ సైన్యం నుండి హిందువులందరినీ తొలగించాడు. షాబాజ్ ఖాన్ యొక్క ఈ చర్య అక్బర్ ఆదేశాలను స్పష్టంగా ఉల్లంఘించడమే, అయినప్పటికీ అక్బర్ అతనితో ఏమీ మాట్లాడలేదు.

పర్వతాలలో ఆశ్రయం

మాన్‌సింగ్ తిరిగి వచ్చిన తర్వాత, మహారాణా ప్రతాప్ మళ్లీ గోగుండను స్వాధీనం చేసుకున్నాడు మరియు దీని తర్వాత కుంభాల్‌ఘర్‌ను అతని తాత్కాలిక రాజధానిగా చేసుకున్నాడు. ఇక్కడే ఉంటూ తన రాష్ట్రంలో వ్యాపించిన అస్తవ్యస్తతను, గందరగోళాన్ని చక్కదిద్దడం ప్రారంభించాడు. మొఘల్ సైన్యం తమ ఆహార పదార్థాలను తీసుకెళ్లే రహదారులను అతను అడ్డుకున్నాడు. అతను ఈ మార్గంలో ఉన్న సారవంతమైన భూమిని నాశనం చేశాడు.

ఇక్కడ, షాబాజ్ తన ప్రచారాన్ని ప్రారంభించి, కెల్వారా సమీపంలో తన శిబిరాన్ని ఉంచినప్పుడు, మహారాణా కుంభాల్‌ఘర్‌ను విడిచిపెట్టి పర్వతాలలో ఆశ్రయం పొందవలసి వచ్చింది. అతను భూమిలో వ్యవసాయం చేయకూడదని తన ప్రజలకు గట్టిగా ఆదేశాలు ఇవ్వవలసి వచ్చింది మరియు ఆ ప్రాంత పౌరులను ఆ స్థలాన్ని వదిలి వెళ్లిపోవాలని ఆదేశించాడు. ఈ రాచరికపు ఆజ్ఞ ఎంత కఠినంగా ఉందో, ఏ రైతు అయినా ఒక్క పొలంలో వ్యవసాయం చేసి, ఆ పంటను మొఘులులకు ఇస్తే, అతని తల నరికేస్తానని పౌరులకు చెప్పబడింది. ఈ రాజాజ్ఞ వల్ల మేవార్ మొత్తంలో రైతులు వ్యవసాయం చేయడం మానేశారు. రైతులు మేవార్‌ను విడిచి వేరే చోటికి వెళ్లిపోయారు. మొఘల్ నియంత్రణలో ఉన్న మేవార్ ప్రాంతాలలో, ఆహార ధాన్యాలన్నీ పూర్తి భద్రతతో అజ్మీర్ వైపు నుండి తీసుకురాబడతాయి. రాజ సైన్యానికి చెందిన కొందరు ఇన్‌స్పెక్టర్ ఒక నిర్దిష్ట రకం కూరగాయల విత్తనాలను విత్తమని రైతును బలవంతం చేశాడు. ప్రతాప్ కి ఈ వార్త ఎక్కడి నుంచి వచ్చింది. ఒకరోజు రాత్రి ప్రతాప్ అక్కడికి వెళ్ళాడు రాజ సైన్యం యొక్క శిబిరం మరియు ఆ రైతు శిరచ్ఛేదం.

టాడ్ ఒక సంఘటనను వివరించాడు, ఇది ప్రతాప్ యొక్క ఈ కఠినమైన ఆదేశాలను కూడా సూచిస్తుంది. ప్రతాప్ ఖాళీ చేసిన ప్రదేశాలలో, ప్రతాపు సైనికులు ఒక రోజు ఒక గొర్రెల కాపరి తన గొర్రెలను మేపడం చూశారు. సైనికులు అది రాజాజ్ఞలను ఉల్లంఘించినట్లు భావించి, ఆ గొర్రెల కాపరిని చంపి, అతని మృతదేహాన్ని చెట్టుకు

వేలాడదీశారు. ఈ సమయంలో మొఘల్ సైన్యం వెంబడించింది ప్రతాప్‌ని పట్టుకోవడంలో మాత్రం సఫలం కాలేదు.

మొఘలులు కుంభాల్‌ఘర్‌ను స్వాధీనం

చేసుకోవడం భగవందాస్ మరియు మాన్‌సింగ్‌లను వెనక్కి పంపిన తర్వాత, షాబాజ్ ఖాన్ ముందుకు సాగాడు. కుంభాల్‌ఘర్ కోట పూర్తిగా పర్వతాలచే దాగి ఉంది మరియు చాలా దూరం నుండి కనిపించదు. ఈ కోట క్రింద ఉన్న పర్వతాలలో కెల్వారా గ్రామం ఉండేది. రాజ సైన్యం ఈ గ్రామంలో తమ శిబిరాన్ని ఏర్పాటు చేసింది. ఒకరోజు, మేవార్ సైనికులు రాత్రి దాడి చేసి, రాజ సైన్యంలోని నాలుగు ఏనుగులను తీసుకెళ్లి మహారాణాకు బహుమతిగా ఇచ్చారు. రాజ సైన్యం కెల్వారా మరియు నాదౌల్ నుండి మార్గాన్ని అడ్డుకుంది మరియు అక్కడ ఆహారం మరియు యుద్ధానికి అవసరమైన వస్తువులను పంపడం కష్టంగా మారింది. ఈ పరిస్థితిని చూసిన మేవార్ సామంతులు మహారాణాను కోటను విడిచిపెట్టి సురక్షితమైన ప్రదేశానికి వెళ్లమని అభ్యర్థించారు. పదే పదే చేసిన అభ్యర్థనలపై, మహారాణా కోటను విడిచిపెట్టాడు. అక్కడి నుంచి బయల్దేరి రాణ్‌పూర్‌లో కొద్దిరోజులు బస చేసి ఈదార్ వైపు చులియా గ్రామానికి చేరుకున్నారు. మేవార్ చరిత్ర రెండవ తరంలో మాత్రమే పునరావృతమైంది. ఒకసారి మహారాణా ఉదయసింగ్ 1567లో రాజధానిని విడిచిపెట్టి పశ్చిమ పర్వతాలలో ఆశ్రయం పొందవలసి వచ్చింది మరియు చిత్తోర్ కోట యొక్క భద్రతను జైసింగ్ మరియు పట్టాకు వదిలివేయవలసి వచ్చింది. ఈసారి మహారాణా ప్రతాప్ అడవుల్లో తలదాచుకోవాల్సి వచ్చింది. కోట భద్రత కోసం రావు అక్షయ్‌రాజ్ కుమారుడు భాన్‌ను నియమించాల్సి వచ్చింది.

షాబాజ్‌కు కుంభాల్‌ఘర్ మార్గాలు తెలియవని ఒక కథనం. కాబట్టి, అతను ఒక తోటమాలి స్త్రీని కొనుగోలు చేశాడు ఒక విధంగా మహారాణా అతని వైపు. తోటమాలి దారిలో పూలు చల్లాడు. ఆ పువ్వులను అనుసరించి మొఘల్ సైన్యం కెల్వారా చేరుకుంది. ఆమె చేసిన ఈ ద్రోహంపై ఒక భీలు తోటమాలి స్త్రీని చంపాడు.

కుంభాల్‌ఘర్ కేల్వారా నుండి కేవలం మూడు మైళ్ల దూరంలో ఉంది. కాబట్టి, కెల్వారాను స్వాధీనం చేసుకున్న తర్వాత, షాబాజ్ ఖాన్ కుంభాల్‌ఘర్‌ను స్వాధీనం చేసుకునేందుకు ప్రణాళికలు ప్రారంభించాడు. కుంభాల్‌గఢ్ కోట 1452లో నిర్మించబడింది. అప్పటి నుండి శత్రువులు దానిని స్వాధీనం చేసుకోలేకపోయారు. మహారాణా మంత్రి భామాషా కోట నుండి మొత్తం నిధిని తీసుకొని మాల్వాలోని రాంపురానికి వెళ్ళాడు. ఆ ప్రాంతానికి చెందిన రావు అతనికి ఆశ్రయం కల్పించి అక్కడే సురక్షితంగా ఉంచాడు.

కేల్వారా నుండి, షాబాజ్ ఖాన్ నాయకత్వంలో మొఘల్ సైన్యం కుంభాల్‌ఘర్‌పై దాడి చేసింది. కోటలోని రాజపుత్రులు ఈ దాడిని ధైర్యంగా ఎదుర్కొన్నారు. దురదృష్టవశాత్తు, ఒకరోజు కోటలో ఉంచిన ఫిరంగి పేలడంతో కోటలో ఉంచిన యుద్ధానికి సంబంధించిన చాలా పదార్థాలు ధ్వంసమయ్యాయి. శత్రువులను ఎదుర్కోవడం రాజపుత్రులకు కష్టంగా మారింది. వారు కోట తలుపు తెరిచి శత్రువులపై దాడి చేయవలసి వచ్చింది. భీకర యుద్ధం తర్వాత, మొఘలులు కుంభాల్‌ఘర్ కోటపై నియంత్రణ సాధించారు. ఈ సంఘటన 3 ఏప్రిల్ 1578 నాటిది. అక్కడ ప్రతాప్ కనిపించకపోవడంతో షాబాజ్ ఖాన్ చాలా నిరాశ చెందాడు. అక్కడ అతనికి మహారాణా రాంపుర కోటకు వెళ్లినట్లు వార్త వచ్చింది. రాంపుర తర్వాత అతను బన్స్వారాకు వెళ్లినట్లు అతనికి వార్తలు వచ్చాయి. ఈ వార్తల తరువాత, షాబాజ్ కుంభాల్‌గ్రాహ్‌లో భద్రత మరియు ఇతర ఏర్పాట్లను చేసాడు మరియు కోట నియంత్రణను గాజీ ఖాన్ బద్కాషికి అప్పగించాడు మరియు మహారాణాను పట్టుకోవటానికి బయలుదేరాడు.

ఉదయపూర్‌పై మొఘలుల నియంత్రణ

కుంభాల్‌గ్రాహ్‌ను స్వాధీనం చేసుకున్న మరుసటి రోజు, షాబాజ్ ఖాన్ గోగుండాకు బయలుదేరాడు. ఎలాగైనా మహారాణాను పట్టుకోవాలనుకున్నాడు. మరుసటి రోజు, మధ్యాహ్నం, అతను గోగుండపై నియంత్రణ సాధించాడు. అవసరమైనది చేసిన తర్వాత

గోగుండాలో ఏర్పాట్లు, అతను ఉదయపూర్ వైపు ప్రారంభించాడు మరియు రాత్రికి ఉదయపూర్‌పై కూడా నియంత్రణ సాధించాడు. గెలిచిన ఈ స్థానాల్లో భారీ దోపిడీకి పాల్పడ్డాడు. అతను వెళ్ళిన అన్ని ప్రదేశాల నుండి, అతను వాటిని దోచుకుని నాశనం చేస్తాడు. దీంతో ఆయా ప్రాంతాల్లో పెను విధ్వంసం జరిగింది. దీని తరువాత, అతను ప్రతాప్‌ను పట్టుకోవడానికి పర్వతాలను వెతికాడు, కానీ అతను విఫలమయ్యాడు.

షాబాజ్ ఖాన్ మూడు నెలల పాటు పర్వతాలను వెతికాడు. ఇప్పుడు తాను ప్రతాప్‌ని పట్టుకోలేనని నిశ్చయించుకున్నాడు. కాబట్టి, అతను వివిధ ప్రదేశాలలో యాభై మొఘల్ పోస్టులు చేసి, పంజాబ్‌లోని అక్బర్‌కు తిరిగి వెళ్ళాడు.

షాబాజ్ పట్టుకున్న శీఘ్రత కుంభాల్‌ఘర్ ఆపై గోగుండా మరియు ఉదయపూర్ నిజంగానే ఉన్నాయి ఆశ్చర్యకరం. ఎక్కడికెళ్లినా ప్రతాప్ ఉన్నాడని వార్తలు వచ్చాయి అక్కడ, అతను వెంటనే అక్కడికి చేరుకున్నాడు. కుంభాల్‌గ్రాహ్‌లో, అతను తప్పు వార్త వచ్చింది, కానీ అతను ఉత్సాహంతో పని చేయడం ప్రశంసనీయమని మాత్రమే పిలువబడుతుంది. శ్రీ రాజేంద్ర బీరా ఈ అంశంపై రాశారు –

"షహబాజ్ ఖాన్ కుంభాల్‌ఘర్ నుండి గోగుండ మరియు ఉదయపూర్‌కు చేరుకున్న వేగం ఆశ్చర్యం కలిగిస్తుంది. కుంభాల్‌ఘర్ నుండి గోగుండ మరియు ఉదయపూర్ చేరుకుని, అతను నెపోలియన్ ఫీట్‌ను కూడా అధిగమించాడు. రష్యా యుద్ధం తరువాత, నెపోలియన్ ఫ్రాన్స్‌కు చేరుకున్న శీఘ్రతతో. వేగంతో షాబాజ్ ఖాన్ గోగుండా మరియు ఉదయపూర్ చేరుకున్నాడు. షాబాజ్ ఖాన్‌కి ప్రతాప్ గురించి తప్పుడు వార్త వచ్చిందని అతనికి తెలియదు. ప్రతాప్ కుంభాల్‌గ్రా నుండి సదారీకి మాత్రమే వెళ్ళగలడు. అతను ఆరోత్ లేదా గోగుండా లోయకు ఏ విధంగానూ వెళ్ళలేదు, ఎందుకంటే మొఘల్ సైన్యం అప్పటికే అక్కడ మోహరించింది."

భామాషా నుండి ఆర్థిక సహాయం

మేవార్ మహారాణా అడవిలో నివసించేవారు ఈసారి. మేవార్‌లో ఎక్కువ భాగం మొఘలులచే స్వాధీనం చేసుకోబడింది మరియు మిగిలినవి నిర్జనమైపోయాయి.

మహారాణా నిరంతరం పోరాడుతూనే ఉన్నాడు. అతని ఆర్థిక పరిస్థితి ఎలా ఉందో స్పష్టంగా కనిపిస్తోంది చాలా చెడ్డగా మారతాయి. పోరాటంతో నిండిన ఈ జీవితంలో, అతని నమ్మకమైన మద్దతుదారులు మరియు సామంతులు కూడా పెద్ద సహకారం అందించారు. షాబాజ్ మేవార్‌ను విడిచిపెట్టిన తర్వాత, ప్రతాప్ మంత్రులు భంషా మరియు అతని సోదరుడు తారాచంద్ర అతనికి 20,000 బంగారు నాణేలు మరియు మాల్వా నుండి దోచుకున్న 2,500,000 రూపాయలను బహుకరించారు. ఈ సమయంలో, మహారాణా చులియా గ్రామంలో ఉన్నాడు. ఇప్పటి వరకు, రామ మహాసాని మహారాణా ప్రధానమంత్రి. భామాషా యొక్క ఈ గొప్ప త్యాగం మరియు విధేయతకు సంతోషించిన మహారాణా అతనిని తన కొత్త ప్రధానమంత్రిగా చేసాడు. అటువంటి ప్రతికూల సమయాల్లో, ఈ విధంగా ఆర్థిక సహాయం పొందడం ఒక వరం కంటే తక్కువ కాదు. దీని ద్వారా, మహారాణా ప్రతాప్ తన సైన్యాన్ని నిర్వహించడంలో మరియు తన బలాన్ని పెంచుకోవడంలో గొప్ప సహాయం పొందాడు.

రాంపురానికి చెందిన రావు దుర్గ మాల్వాలో భామాషాను తన రక్షణలో ఉంచుకున్నాడు, కాబట్టి అతను మాళవను దోచుకుని డబ్బు వసూలు చేసినట్లు అనిపించడం లేదు. బహుశా, ఈ డబ్బు మాల్వా రాష్ట్రం వెలుపల ఉన్న గ్రామాల నుండి దోచబడింది. శ్రీ రాజేంద్ర బీరా ఈ అంశంపై రాశారు –

"భామాషా కుంభాల్‌గఢ్ నుండి మాల్వాకు వెళ్లాడని, అక్కడ రాంపుర రావు దుర్గ అతనికి ఆశ్రయం ఇచ్చిందని చరిత్రకారుల అభిప్రాయం. మాల్వా మధ్యలో ఉన్న గ్రామాలను దోచుకోవడం ద్వారా, భామాషా మరియు అతని సోదరుడు తారాచంద్ర 2,500,000 రూపాయల మరియు 20,000 బంగారు నాణేలను సేకరించారు. వారు చులియాలో ప్రతాప్ (లేదా అమర్‌సింగ్)కి ఇచ్చిన డబ్బు.ఇది భామాషా త్యాగానికి మరియు దేశభక్తికి ఉదాహరణగా ఇవ్వబడింది.ఈ బహుమతిని అందించిన తర్వాత, అతను మళ్లీ రానాల ప్రధానమంత్రిగా నియమించబడ్డాడు.ఈ విషయంలో చాలా వైరుధ్యాలు ఉన్నాయి.మొదట , రాంపురాలో భామాషాకు ఆశ్రయం ఇస్తూ, మాల్వా

గ్రామాలను దోచుకోవడానికి కీకా ఎలా అనుమతి ఇచ్చాడు మరియు వారి ఈ పనిని ఎలా భరించాడు? మాల్వా మార్గంలోని గ్రామాలను దోచుకుని ఈ డబ్బు వసూలు చేసినట్లు తెలుస్తోంది మరియు ఇది అమర్‌సింగ్‌కు సమర్పించారు. ఈ డబ్బుతో రాణా మళ్లీ తన సైన్యాన్ని సేకరించి దివర్‌లో మొఘల్ సైన్యంపై దాడి చేశాడు."

భామాషా ఎలా, ఎక్కడికెళ్లింది అనేది ముఖ్యం కాదు నుండి ఈ డబ్బు. ముఖ్యమైన విషయం ఏమిటంటే అతని త్యాగం యొక్క భావన. కష్టాల్లో ఉన్న యజమాని పట్ల విధేయతకు ఇటువంటి ఉదాహరణ మరెక్కడా కనిపించదు. అలాంటి త్యాగం నిజమైన స్నేహానికి నిజమైన పరీక్షగా పరిగణించబడుతుంది.

మహారాణా డైవర్‌పై నియంత్రణ సాధించడం

షాబాజ్ ఖాన్ మేవార్, మహారాణాను విడిచిపెట్టిన వెంటనే బన్స్వారా నుండి చప్పన్ పర్వతాలకు చేరుకున్నారు. అతను మళ్లీ మొఘల్ నియంత్రణలో ఉన్న మేవార్ ప్రాంతాలను స్వాధీనం చేసుకునేందుకు ప్రయత్నించడం ప్రారంభించాడు. ఈ ప్రాంతాల్లో దాడులు ప్రారంభించాడు. భామాషా నుండి ఆర్థిక సహాయం పొందిన తరువాత, అతను మళ్లీ తన సైన్యాన్ని ఏర్పాటు చేసి, డైవర్‌లో ఉన్న రాజ మొఘల్ పోస్ట్‌పై దాడి చేశాడు. ఈ పోస్ట్‌ను మొఘల్ అధికారి సుల్తాన్ ఖాన్ నియంత్రించారు. ఈ దాడిలో మొఘల్ సైన్యం రాజపుత్రులను ధైర్యంగా ఎదుర్కొంది. సుల్తాన్ ఖాన్ మరియు ప్రిన్స్ అమర్‌సింగ్ యుద్ధంలో ఒకరినొకరు ఎదుర్కొన్నారు. అమర్‌సింగ్ తన ఈటెతో సుల్తాన్ ఖాన్‌పై దాడి చేశాడు, అది అతని ఛాతీకి గుచ్చుకుంది మరియు అతని గుర్రాన్ని కూడా దాటింది. వారిద్దరూ క్షణికావేశంలో మృతి చెందారు. మరో మేవార్ సైనికుడు శత్రువుల ఏనుగు కాలు నరికాడు. దీని తరువాత, రాజ సైనికులు పారిపోయారు మరియు డైవర్ మహారాణా ఆధీనంలోకి వచ్చారు.

డైవర్‌పై నియంత్రణ సాధించిన తర్వాత, మేవార్ సైన్యం హమీర్‌సరపై నియంత్రణ సాధించింది. ఈ ప్రదేశం కుంభాల్‌ఘర్‌కు చాలా సమీపంలో ఉండేది. కాబట్టి, దీని తరువాత, సైన్యం కుంభాల్‌ఘర్ కోసం ప్రారంభించబడింది మరియు దానిపై కూడా

నియంత్రణ సాధించింది. దీని తరువాత, మహారాణా సైన్యం జావర్, చప్పన్ మరియు బగద్ పర్వతాలను జయించి చావంద్ చేరుకుంది. చావంద్‌ను తన ఆధీనంలోకి తీసుకున్న మహారాణా ఈ ప్రదేశాన్ని కొన్ని రోజులపాటు తన కేంద్రంగా చేసుకున్నాడు. అక్కడ ఉంటూ, అతను చాముండా దేవత యొక్క పురాతన ఆలయాన్ని పునరుద్ధరించాడు. ఈ విధంగా, మహారాణా మళ్లీ చేయగలిగాడు మేవార్ యొక్క పెద్ద ప్రాంతంపై నియంత్రణ సాధించండి.

ఇది మేవార్ సైనికుల ఉత్సాహాన్ని పెంచింది మరియు వారు మాల్వా వరకు శత్రు సైనికుల శిబిరాలపై దాడి చేయడం ప్రారంభించారు. భామాషా సోదరుడు తారాచంద్రుడు ఇప్పటి వరకు మాల్వాలో ఉన్నాడు. షాబాజ్ ఖాన్ పంజాబ్ తిరిగి వస్తున్న సమయంలో, అతను బస్సీలో తారాచంద్రను కలుసుకున్నాడు మరియు అతనితో ఒక ఎన్‌కౌంటర్ చేసాడు, అందులో తారాచంద్ర ఓడిపోయాడు మరియు అతను గాయపడ్డాడు. ఈ స్థితిలో, రావు సైందాస్ అతనికి చికిత్స చేసి అన్ని విధాలుగా సహాయం చేశాడు. తారాచంద్రుడు తిరిగి ఆరోగ్యాన్ని పొందిన తరువాత, రావు సైందాస్ అతన్ని చావంద్‌లోని మహారాణా వద్దకు తీసుకెళ్లాడు.

దీనికి ముందు, దుంగార్‌పూర్‌కు చెందిన రావు అస్కరన్ మరియు బన్స్వారాకు చెందిన రావు ప్రతాప్ అక్బర్‌తో స్నేహపూర్వక సంబంధాలను ఏర్పరచుకున్నారు. ఇంతకు ముందు చెప్పినట్లుగా దీని వెనుక భగవాన్‌దాస్ హస్తం ఉంది. మహారాణా ప్రతాప్ వారిని తన ఆధీనంలోకి తీసుకురావడానికి ఒక సైన్యాన్ని పంపాడు, అది రావత్‌మన్ నేతృత్వంలో ఉంది. అతని ఈ ప్రచారంలో రావత్‌మాన్‌కు సహాయం చేయడానికి, జోధ్ పూర్‌కు చెందిన రావు చంద్రసేన్ కూడా అక్కడికి చేరుకున్నాడు. సోమ్ నది ఒడ్డున, రావత్మాన్ సైన్యం బన్స్వారా మరియు దుంగార్పూర్ సైన్యాన్ని ఎదుర్కొంది. ఈ యుద్ధంలో, రావత్మాన్ కుమారుడు అమరవీరుడు అయ్యాడు, కానీ రావత్మాన్ యుద్ధంలో గెలిచాడు. రెండు రాష్ట్రాలు మళ్లీ ప్రతాప్ ఆధీనంలోకి వచ్చాయి.

మేవార్ దుంగార్‌పూర్ మరియు బన్స్వారాపై నియంత్రణను తిరిగి పొందడం గురించి చరిత్రకారులందరూ ఒకే అభిప్రాయాన్ని కలిగి లేరు. గౌరీశంకర్ హీరాచంద్ర ఓఝా ప్రకారం, ఈ రెండు రాష్ట్రాలు మొఘల్ నియంత్రణలోకి వెళ్లడం ద్వారా మేవార్‌కు ప్రత్యక్ష

ముప్పు ఉంది. ప్రతాప్ చర్చల ద్వారా వారిని తన వైపుకు తీసుకురావడానికి ప్రయత్నించాడు, కాని అతను విజయం సాధించలేదు. ఆ తర్వాత వారిని తన అధీనంలోకి తెచ్చుకోవడానికి సైన్యాన్ని పంపాడు. 1578లో సోమ్ నది ఒడ్డున ఒక యుద్ధం జరిగింది.

బన్స్వారా మరియు దుంగార్పూర్ వైపు నుండి మొఘల్ సైన్యం కూడా యుద్ధంలో పాల్గొంది. అలా వారి పక్షం బలపడి ప్రతాప్ విజయం సాధించలేదు. దీని వల్ల ప్రతాప్‌కి లభించిన ఒక ప్రయోజనం ఏమిటంటే, మొఘల్ సైన్యం కొంత కాలం అక్కడ బిజీగా ఉంది.

ఈ వైఫల్యం తర్వాత, మహారాణా దౌత్యాన్ని ఉపయోగించాడు. దుంగార్‌పూర్‌కు చెందిన రావల్ అస్కరన్ అక్బర్ పాలనను అంగీకరించినప్పుడు, అతని కుమారుడు సహమల్ కోపంతో మేవార్‌కు వెళ్లాడు. ప్రతాప్ అతనికి ఆశ్రయం ఇచ్చి సింహాసనం మీద కూర్చోబెట్టడానికి ప్రయత్నించాడు.

రెండోసారి మేవార్‌లో షాబాజ్ ఖాన్

ప్రతాప్ చేసిన ఈ పనులన్నీ అక్బర్‌కి అందాయి. దీంతో అతడిలో ఆందోళన మొదలైంది. ప్రతాప్ యొక్క ఈ కార్యకలాపాలను నియంత్రించడానికి అతను ఒక ప్రణాళికను రూపొందించాడు. షాబాజ్ ఖాన్ మొదటి మేవార్ ప్రచారం సంతృప్తికరంగా ఉంది. కాబట్టి, అక్బర్ ఈ పని కోసం అతనిని మళ్లీ పంపడం సముచితం. 15 డిసెంబర్ 1578న, షాబాజ్ ఖాన్ మహారాణాను అణచివేయడం ప్రారంభించాడు. అతనితో పాటు గాజీ ఖాన్, మహమ్మద్ హుస్సేన్, మీర్జాద్, షేక్ తైమూర్ బాదాక్షి, అలీ ఖాన్ తదితరులు ఉన్నారు. ఈ ప్రచారం కోసం, షాబాజ్ ఖాన్‌కు భారీ మొత్తంలో సంపద ఇవ్వబడింది, తద్వారా అతను ప్రతాప్‌ను ప్రలోభపెట్టి, డబ్బు, శిక్ష లేదా మరేదైనా అణచివేయగలడు. మేవార్ చేరుకున్న తర్వాత, మహారాణా మళ్లీ అడవిలోకి వెళ్లాడు. చాలా ప్రాంతాలు మళ్లీ మొఘల్ ఆధీనంలోకి వచ్చాయి. ఈ టీమ్‌ని పంపే సమయంలో అక్బర్ కఠిన ఆదేశాలు ఇచ్చాడని చెబుతున్నారు. ప్రతాప్‌ని ఓడించకుండా తిరిగి వస్తే తల నరికేస్తారు. అందుకే

వారికి భారీ మొత్తంలో డబ్బు ఇవ్వబడింది, దీని ద్వారా వారు అవసరమైతే రాజ్‌పుత్‌లను కొనుగోలు చేయవచ్చు.

ప్రతాప్ మళ్లీ పర్వతాలలోకి వెళ్లి, మేవార్‌లోని అనేక ప్రాంతాలపై మళ్లీ నియంత్రణ సాధించాక, షాబాజ్ ఖాన్ ఫతేపూర్‌కు అక్బర్‌కు తిరిగి వచ్చాడు. అతను అక్బర్‌కు తన విజయాల గురించి అన్ని వార్తలను అందించాడు. మేవార్‌లోని రాజ్‌పుత్‌లపై ఎక్కువ మతపరమైన నియంత్రణలు విధించాలని షాబాజ్ కోరుకున్నాడు. అతను తన ప్రణాళికను అక్బర్ ముందు ఉంచాడు. కానీ, అప్పటికి అక్బర్ మత విధానాలు మారిపోయాయి. అతను మతపరమైన మతోన్మాదాన్ని పనికిరాని మరియు అన్యాయంగా పరిగణించడం ప్రారంభించాడు మరియు దిన్-ఎ-ఎలాహి వైపు వంగిపోయాడు. కాబట్టి, అతను ఖాన్ యొక్క ఈ సూచనను అంగీకరించలేదు.

అతని ఈ రెండవ ప్రచారంలో, షాబాజ్ ఖాన్ మేవార్‌లో రెండు లేదా మూడు నెలలు ఉండి, మహారాణాను పట్టుకోవడానికి తన శాయశక్తులా ప్రయత్నించాడు. ఇందులో విజయం సాధించకపోయినప్పటికీ, మళ్లీ మేవార్‌పై పట్టు సాధించడంలో విజయం సాధించాడు.

ప్రతాప్ మరోసారి యాక్టివ్ అయ్యాడు

షాబాజ్ ఖాన్ తిరిగి వచ్చిన తర్వాత, మేవార్‌ని తన ఆధీనంలోకి తీసుకురావడానికి ప్రతాప్ మళ్లీ చురుకుగా మారాడు. షాబాజ్ ఖాన్ రెండవసారి మేవార్‌కు తిరిగి వచ్చినప్పుడు, అతను కొంతకాలం అడవిలోకి వెళ్లి నిశ్శబ్దంగా ఉన్నాడు. జోధ్‌పూర్‌కు చెందిన రావు చంద్రసేన్ ప్రతాప్‌కు మద్దతుదారు. 1578 చివరిలో, అతను మొఘలులకు వ్యతిరేకంగా తిరుగుబాటు చేశాడు. అతను తన సైన్యంతో అజ్మీర్ వరకు వెళ్ళాడు. ఈ తిరుగుబాటును అణచివేయడానికి, అక్బర్ పేయాండ్ మహమ్మద్ ఖాన్ ఆధ్వర్యంలో భారీ సైన్యాన్ని పంపాడు. చంద్రసేన్ తిరుగుబాటును అణచివేయడంలో ఈ సైన్యం విజయం సాధించింది. దీనితో పాటు, మహారాణా ప్రతాప్ కూడా మొఘలులకు వ్యతిరేకంగా తన ప్రచారాన్ని పెంచాడు. మేవార్‌లో జరిగిన మొదటి రెండు ప్రచారాల్లో

షాబాజ్ ఖాన్ మంచి విజయాన్ని అందుకున్నాడు. కాబట్టి, మహారాణా కార్యకలాపాలను అణిచివేసేందుకు, అక్బర్ అతన్ని మళ్లీ మేవార్‌కు పంపాలని నిర్ణయించుకున్నాడు.

మూడోసారి మేవార్‌లో షాబాజ్ ఖాన్

అక్బర్ మహారాణాను ఎలాగైనా అణచివేసి మేవార్‌లో తన పాలనను స్థాపించాలనుకున్నాడు. దీని కోసం, అతను అజ్మీర్‌లోని ఖ్వాజా మసీదులో చాలాసార్లు ప్రార్థనలుచేశాడు, కానీ ఇప్పటివరకు అతను ఆశించిన విజయాన్ని పొందలేకపోయాడు. అక్టోబర్ 1579లో, అతను మళ్లీ అజ్మీర్‌లోని ఖ్వాజా మసీదుకు చేరుకున్నాడు. అక్కడ మళ్లీ ప్రార్థనలు చేసి సంభార్‌కు వెళ్లారు. అక్కడ షహబాజ్ ఖాన్ మూడోసారి మేవార్ వెళ్లమని ఆజ్ఞ ఇచ్చాడు. 9 నవంబర్ 1579న, షాబాజ్ ఖాన్ తన మూడవ ప్రచారాన్ని మేవార్ కోసం ప్రారంభించాడు. మేవార్ చేరుకున్న తర్వాత, అతను ప్రతాప్‌పై తన శక్తినంతా ప్రయోగించాడు. ప్రతాప్ మళ్ళీ పర్వతాలలోకి వెళ్ళాడు. అతను సెంట్రల్ మేవార్ మొత్తంలో ప్రతాప్ ప్రభావాన్ని తగ్గించడంలో విజయం సాధించాడు, కానీ ప్రతాప్ ని పట్టుకోవడంలో కాదు.

షాబాజ్ మహారాణాను పట్టుకోవడానికి పర్వతాలు, అడవులు మొదలైనవాటిని మరియు అన్ని ఇతర ప్రదేశాలను శోధించాడు, కాని ప్రతాప్ అబూ నుండి 12 మైళ్ల దూరంలో ఉన్న సోధా పర్వతాలకు వెళ్ళాడు. అక్కడ లోయనకు చెందిన రా ధులకు అతిథిగా బస చేశాడు. రా ధుల ఆయనకు పూర్తి మద్దతునిచ్చి గౌరవించారు. దీనితో పాటు, అతను తన ఇచ్చాడు ప్రతాప్‌తో పెళ్లి కూతురు. మహారాణా రావు ధులకు రాణా బిరుదును ఇచ్చాడు.

అక్బర్ చక్రవర్తి షాబాజ్ ఖాన్‌ను మేవార్‌కు పంపే సమయంలో అతనికి చాలా కఠినమైన ఆదేశాలు ఇచ్చాడు. మేవార్‌పై నియంత్రణ సాధించడంలో షాబాజ్ ఖాన్ విజయం సాధించినప్పటికీ, అక్బర్ ఆదేశాలను అమలు చేయడంలో విజయం సాధించలేకపోయాడు. కాబట్టి, అక్బర్ అతనిపై కోపం తెచ్చుకున్నాడు మరియు 1580 మధ్యలో, అతను అతన్ని తిరిగి పిలిచాడు.

షాబాజ్ ఖాన్ తిరిగి వచ్చిన తర్వాత, అక్బర్ రుస్తోమ్ ఖాన్‌ను అజ్మీర్ సుబేదారుగా పంపాడు. అతను ప్రతాప్‌కు వ్యతిరేకంగా ఏదైనా ప్రచారానికి వెళ్లకముందే, షేర్పురాకు చెందిన కొందరు కచ్వాహులు తిరుగుబాటు చేశారు. అతను ఈ తిరుగుబాటును అణచివేయడానికి వెళ్ళాడు, కానీ చంపబడ్డాడు. సుబేదార్‌గా ఆయన పదవీకాలం నాలుగు నెలలు మాత్రమే.

ఖంఖానా మేవార్ ప్రచారం

జూన్ మధ్యలో రుస్తుం ఖాన్ మరణంతో, 16 జూన్ 1580న, అక్బర్ అజ్మీర్ సుబేదార్ పదవిలో అబ్దుర్ రహీం ఖాన్ఖానాను నియమించాడు. మేవార్ యుద్ధాల గురించి ఖంఖానాకు మంచి అనుభవం ఉంది. అతను మేవార్ చక్రవర్తి అక్బర్ మరియు షాబాజ్ ఖాన్‌లతో పోరాడాడు. కాబట్టి, అతనికి మేవార్ యుద్ధాల అనుభవం ఉంటుందని అతని నుండి ఊహించబడింది. తద్వారా మేవార్ సమస్యకు ఆయన పరిష్కారం చూపగలరని భావించారు.

మహారాణాను అణచివేయడానికి ఖాన్ఖానా తన ప్రచారాన్ని ప్రారంభించాడు. అతను షేర్పురాలో తన కుటుంబాన్ని విడిచిపెట్టాడు మరియు ప్రతాప్ తర్వాత స్వయంగా ప్రారంభించాడు. ఈ వార్త తెలియగానే మహారాణా ఢోలన్ వైపు వెళ్ళాడు. ఖంఖానా దృష్టిని ప్రతాప్ నుండి మరల్చడానికి, అమర్‌సింగ్ ఆధ్వర్యంలోని సైనికుల బృందం షేర్పురాపై దాడి చేసింది. ఈ దాడిలో అమర్‌సింగ్ ఖంఖానా కుటుంబాన్ని బందీగా చేసుకున్నాడు. ఈ వార్త మహారాణాకు అందించబడింది. ఈ వార్త తెలుసుకున్న మహారాణా అమర్‌సింగ్‌తో ఖంఖానా కుటుంబాన్ని తక్షణమే విడుదల చేయాలని, మహిళల పట్ల ఎలాంటి అగౌరవం చూపవద్దని చెప్పారు. మహారాణా యొక్క ఈ ఆదేశం పూర్తిగా అనుసరించబడింది. బందీగా ఉన్న ఖంఖానా కుటుంబాన్ని పూర్తి గౌరవంతో ఖంఖానాకు పంపారు.

ముస్లింల నుంచి ఇలాంటి ప్రవర్తన ఎప్పుడూ ఊహించలేదు. మహారాణా యొక్క ఈ ఉదారమైన మరియు మానవీయ చర్య ద్వారా, ఖంఖానా హత్తుకుంది. అతను క్రింద ఇవ్వబడిన ద్విపదలో మహారాణా పట్ల తన కృతజ్ఞతలు తెలిపాడు-

ధ్రం రహ్సొ రహ్సొ ధరా,

ఖాస్ జారో ఖుర్సాన్.

అమర్ విశంభర్ ఉపరోన్,

రాకో నహ్ జో రన్

ఖంఖానా భావోద్వేగ కవి హృదయం మహారాణా పట్ల కృతజ్ఞతతో నిండిపోయింది. అయినప్పటికీ, అక్బర్ ఆదేశాలను అమలు చేయడం అతని విధి. అందుకే, మేవార్ లోని ప్రాంతాలను మళ్లీ తిరిగి పొందే పనిలో నిమగ్నమయ్యాడు.

మేవార్ ప్రచారంలో జగన్నాథ్ కచ్వాహ్ ఖంఖానా

పట్ల మహారాణా ఉదారంగా ప్రవర్తిస్తున్నారనే వార్తను అందుకున్నప్పుడు, ఖంఖానా తన పనిని పూర్తి అంకితభావంతో నిర్వహించలేడని అక్బర్ అర్థం చేసుకున్నాడు. కాబట్టి, అతను మేవార్ ప్రచారానికి మరొక వ్యక్తిని పంపాలని నిర్ణయించుకున్నాడు. ఖంఖానా తన పదవి నుండి తొలగించబడనప్పటికీ-అతను 1591 వరకు ఈ పదవిలో ఉన్నాడు- కానీ మహారాణాకు వ్యతిరేకంగా ప్రచారంలో, రాజు జగన్నాథ్ కచ్వాహను నియమించారు, ఇతను కింగ్ భగవాన్‌దాస్ తమ్ముడు. అతను హల్దీఘాటి యుద్ధంలో కూడా పాల్గొన్నాడు.

6 డిసెంబర్ 1584న మేవార్ కోసం జగన్నాథ్ కచ్వాహను ప్రారంభించారు. మీర్జా జాఫర్ బేగ్ తన 'బక్షి'గా పంపబడ్డాడు. మేవార్ చేరుకున్న వెంటనే, అతను మహారాణా తన ఆధీనంలోకి తీసుకున్న ప్రాంతాలను తిరిగి తన ఆధీనంలోకి తీసుకోవడం ప్రారంభించాడు మరియు త్వరలో మోహి, మండల్‌ఘర్, మదారియా మొదలైన వాటిలో మొఘల్ పోస్టులను స్థాపించాడు. మండల్‌ఘర్ పరిపాలనను సయ్యద్ రాజుకు అప్పగించి, జగన్నాథ్ కచ్‌వాహ బయలుదేరాడు. మహారాణా కోసం వెతకడానికి. మహారాణా చిత్తోర్ పర్వతాలలోకి వెళ్ళాడు. అటువైపు నుంచి మొఘల్ ఆధీనంలోని ప్రాంతాలపై దాడి చేశాడు. సయ్యద్ రాజు అతనిని ఎదుర్కోవడానికి ముందుకు వచ్చాడు, కాని ప్రతాప్ మళ్లీ చిత్తోర్ పర్వతాలలోకి వెళ్ళాడు. సయ్యద్ రాజు మండల్‌గఢ్

కు విఫలమయ్యాడు. జగన్నాథ్ కచ్వాహ్ కుంభాల్‌ఘర్‌పై కూడా దాడి చేశాడు, అయితే అక్కడ కూడా ప్రతాప్ కనిపించలేదు, కాబట్టి అతను కూడా మండల్‌గర్‌కు తిరిగి వచ్చాడు.

జగన్నాథ్ కచ్వాహ్ ప్రతాప్ ఎక్కడున్నాడో తెలుసని అనుమానం ఉన్న ఎవరినైనా ప్రశ్నించడం ప్రారంభించాడు, కాని అతను ఎవరి నుండి ప్రతాప్ ఆచూకీ గురించి తెలుసుకోలేకపోయాడు. ప్రతాప్‌కి కచ్‌వాహ్ అంటే అమితాసక్తిగా మారింది. శ్రీరామ్ శర్మ ఈ అంశంపై రాశారు –

"రాజు అక్కడి నుండి కుంభాల్‌గ్రాపై దాడి చేసాడు. ప్రతాప్ కుంభాల్‌ఘర్ నుండి నిశ్శబ్దంగా తప్పించుకున్నాడు. రాజు త్వరగా ప్రతాప్‌ని అనుసరించాడు, కాని రాజు ప్రతాప్‌పై దాడి చేసేలోపు, ప్రతాప్ కుంభాల్‌ఘర్ నుండి బయలుదేరి చిత్తూరు చేరుకున్నాడు. రాజు ఇంకా ప్రతాప్‌ను అనుసరిస్తూనే ఉన్నాడు. రాజుకు చిత్తూరులో ప్రతాప్ కనిపించలేదు. ఇక్కడ రాజు ప్రతాప్‌ని వెంబడించగా, అక్కడ జగన్నాథుడు అతనిని వెంబడిస్తున్నాడు, ఒకానొక సమయంలో ఇరువురి సైన్యాలు కలిశాయి, ప్రతాప్ ఆచూకీ కనుక్కోవడానికి అన్ని ప్రయత్నాలూ చేసారు, ఎవరి మీద అయినా అనుమానం వస్తే, అతడ్ని ప్రశ్నించి ఇబ్బంది పెట్టేవారు. ప్రతాప్ ఎక్కడున్నాడో కనుక్కోలేకపోయాడు.మక్‌బెత్‌లో కింగ్ లియర్ లాగా "ఇది ఇక్కడ ఉంది, ఇది అక్కడ ఉంది, ఇది ఎక్కడా లేదు" అన్న మాట ప్రతాప్‌కి బాగా వర్తిస్తుంది.

ఎంత ప్రయత్నించినా జగన్నాథ కచ్వాహ మహారాణాను పట్టుకోలేకపోయాడు. అతని చికాకుతో, అతను తన మార్గంలో ఉన్న మేవార్ యొక్క అన్ని ప్రాంతాలను నాశనం చేశాడు.

అమర్‌సింగ్ యొక్క నిరాశ వీర్

వినోద్‌లో ఒక సంఘటన వివరించబడింది, దీని ద్వారా ప్రిన్స్ అమర్‌సింగ్ ఒకసారి అడవిలో జీవితంలోని కష్టాలను చూసి కలవరపడ్డాడని మనకు తెలుసు. ఒకసారి ప్రతాప్ పర్వతాలలో తన సామంతులతో కలిసి ఒక గుడిసెలో కూర్చున్నాడు. తన

పక్కనే ఉన్న గుడిసెలో అమర్‌సింగ్ భార్యతో కలిసి కూర్చున్నాడు. అతని భార్య అడవి జీవితంతో విసిగిపోయింది. ఎంతకాలం ఈ జీవితాన్ని గడపాలని భర్తను ప్రశ్నించింది. ఈ సందర్భంగా అమర్‌సింగ్ మాట్లాడుతూ- "నేనేం చేయగలను దీని గురించి? ఏమీ మాట్లాడే ధైర్యం లేదు నా తండ్రి ముందు."

మహారాణా ప్రతాప్ తన కొడుకు మరియు కోడలు మధ్య ఈ సంభాషణను విన్నాడు. తన కొడుకు యొక్క ఈ నిరాశను చూసి అతను చాలా బాధపడ్డాడు. అతను తన సామంతులతో చెప్పాడు - "ఓ నాయకులారా! నా తర్వాత సుఖవంతమైన జీవితాన్ని కోరుకునే ఈ అమర్‌సింగ్‌కు ఎలాంటి ఇబ్బందులు కలగకూడదని, మొఘలులు ఇచ్చిన గౌరవ వస్త్రాన్ని (ఖిలాత్) ధరించి, వారి ఆజ్ఞలను సేవాభావంతో పాటిస్తారని నాకు బాగా తెలుసు. వారి పాలనను అంగీకరిస్తాడు మరియు అతని సౌలభ్యం కోసం మా మచ్చలేని రాజవంశానికి చీకటి మచ్చ వేస్తాడు."

తండ్రి చెప్పిన ఈ మాటలు విని అమర్‌సింగ్‌కి చాలా అవమానం కలిగింది. అతను మహారాణాతో ఏమీ చెప్పనప్పటికీ, అతను తన జీవితంలో మొఘల్ పాలనను అంగీకరించనని ప్రతిజ్ఞ చేశాడు.

అమర్‌సింగ్ ఈ ప్రతిజ్ఞను నెరవేర్చలేకపోయాడనడానికి చరిత్ర సాక్ష్యం. చివరికి మహారాణా ప్రతాప్ జోస్యం నిజమని తేలింది. దేశం, కులం, మతం, స్వాతంత్ర్యం కోసం ప్రాణాలకు తెగించని రాణాకుంభ, రాణా హమీర్, రాణా సంఘ, మహారాణా ప్రతాప్ వంటి వీర పాలకులు ఏ రాజవంశంలో జన్మించారో, అదే రాజవంశానికి చెందిన అమర్‌సింగ్‌తో ఒప్పందం కుదుర్చుకున్నాడు. 1614లో మొఘలులు.

అక్బర్‌కి మహారాణా లేఖ: చర్చనీయాంశమైన వాస్తవం

మహారాణా గురించి చాలా కథలు ప్రసిద్ధి చెందాయి. షాబాజ్ తన ప్రచారంలో మేవార్‌ను ధ్వంసం చేశాడని చెబుతారు. తన ప్రియమైన మేవార్ యొక్క ఈ పరిస్థితిని చూసి, మొఘల్ దాడులతో విసిగిపోయిన మహారాణా ప్రతాప్ తన పాలనను అంగీకరిస్తూ అక్బర్‌కు లేఖ రాశాడు. ఈ సంఘటనను 'రాజపుతానా చరిత్ర'లో వివరిస్తూ, కల్నల్

టాడ్ ఈ లేఖ అక్బర్‌కు చేరిందని రాశారు. మొదట్లో నమ్మలేకపోయాడు. అతని సందేహాలను తొలగించడానికి, అతను దాని గురించి తన సభికులను అడిగాడు. ఈ సమయంలో, అతని ఆస్థానంలో ఒకరైన బికనీర్ రాజు పృథ్వీరాజ్, రాజపుత్రులకు గొప్ప గొప్పతనం ఉన్నందున చాలా బాధపడ్డాడు.

మహారాణా పట్ల గౌరవం. అక్బర్ ముందు మహారాణా తలవంచాలని వారు కోరుకోలేదు. ఈ లేఖ మహారాణాది కాదని పృథ్వీరాజ్ స్పష్టంగా చెప్పాడు. దీని తర్వాత పృథ్వీరాజ్ మహారాణాకు లేఖ రాశాడు. ఈ లేఖ రాజస్థానీ భాషలో పద్యం రూపంలో ఉంది. దాని సారాంశం క్రింద ఇవ్వబడింది-

హిందువుల అంచనాలన్నీ ఒక్క హిందువుపైనే.. రాణా సర్వస్వాన్ని త్యాగం చేశాడనీ, దీని వల్ల రాజపుత్రుల కీర్తి ఇంకా భద్రంగానే ఉందనీ...... ప్రతాప్ తన సర్వస్వం త్యాగం చేశాడనీ, ఆత్మగౌరవాన్ని అమ్ముకోవాలా? కూడా?.....రాజపుత్రుల వైభవాన్ని బజారులో కొనుక్కున్న వాడు ఏదో ఒకరోజు చచ్చిపోతాడు.అలాంటి పరిస్థితిలో మన కీర్తి ప్రతాప్‌కే వస్తుంది అని రాజస్థాన్ రాజపుత్రులందరూ ఎదురు చూస్తున్నారు ఆ రోజు."

ఈ ఉత్తరం చదవగానే ప్రతాప్‌లో ఆత్మగౌరవం, అహంకారం మళ్లీ సజీవంగా మారాయి ముగింపు.

ఆనాటి చరిత్రకారులెవరూ ప్రతాపుని ఈ లేఖను ప్రస్తావించలేదు. టాడ్ యొక్క ఈ వివరణ యొక్క ఆధారం ఒక జానపద కథ మాత్రమే. కాబట్టి, ఈ సంఘటన యొక్క వాస్తవికతపై చాలావరకు చరిత్రకారులందరూ సందేహాలు వ్యక్తం చేశారు. దీనిని వెలుగులోకి తెస్తూ, డాక్టర్ గోపీనాథ్ శర్మ ఇలా వ్రాశారు –

"రాణాకు సంబంధించి మరో జానపద కథ ఉంది, ఇది చరిత్ర నిజమని నమ్మదు మరియు రాజ సైన్యం యొక్క భీభత్సానికి భయపడి, ప్రతాప్ అక్బర్‌కి క్షమాపణ లేఖ రాశాడు. కల్నల్ టాడ్ ఈ కథనాన్ని తీసుకున్నాడు. బికనీర్ యొక్క జానపద కథలు మరియు దానిని వ్యాప్తి చేయడం.డింగిల్ సాహిత్యంలో, రానా మరియు బికనీర్‌కు చెందిన పృథ్వీరాజ్ మధ్య జరిగిన ఉత్తరప్రత్యుత్తరాల ప్రస్తావన ఉంది (అతను కవి

కూడా), ఇందులో కున్వర్ పృథ్వీరాజ్ అక్బర్‌కి క్షమాపణ గురించి రానాను అడిగాడు. అతని సమాధానం, రానా పృథ్వీరాజ్‌కి రానా, తాను అక్బర్‌ను క్షమించమని ఎప్పుడూ అడగలేదని మరియు అతని ముందు వంగడానికి సిద్ధంగా లేడని రానా రాశాడు. ఈ కరస్పాండెన్స్ యొక్క సువాసన చాలా ఆసక్తికరంగా ఉంది, అది జానపద కథగా మార్చబడింది. చెప్పడం కష్టం. ఒక పద్యం ఉందా జానపద కథ నుండి పుట్టింది లేదా ఈ పద్యం నుండి జానపద కథ పుట్టింది. జానపద కథలు చరిత్రలోని వాస్తవాలను వక్రీకరిస్తాయి మరియు ఆసక్తికరమైన మరియు భావోద్వేగ సంఘటనలకు ప్రాధాన్యత ఇస్తాయి, ఇది బాగా తెలిసినది. ప్రతాప్ రాసిన ఈ క్షమాపణ లేఖను ఆ కాలంలోని ఏ హిందూ లేదా ముస్లిం చరిత్రకారుడు వివరించలేదు. ఇది అలా జరిగి ఉంటే, ముస్లిం చరిత్రకారులు ఖచ్చితంగా దాని గురించి వ్రాసి ఉండేవారు, ఎందుకంటే ఇందులో ఏదైనా నిజం ఉంటే అలాంటి సంఘటనను ఉపేక్షించే అవకాశం లేదు."

మరో చర్చనీయాంశం

పైన పేర్కొన్న ఉత్తరం లాగానే ప్రతాప్ ప్రతికూల పరిస్థితికి సంబంధించి మరో కథ కూడా ఉంది. 1579లో షాబాజ్ ఖాన్ మేవార్‌పై దాడి చేసినప్పుడు, మహారాణా అరణ్యాలు మరియు పర్వతాలలో దాక్కోవలసి వచ్చిందని చెబుతారు. ఈ సమయంలో ప్రతాప్ ఆర్థిక పరిస్థితి దయనీయంగా మారింది. అతని మద్దతుదారులందరూ అడవిలో నివసిస్తున్నారు. వారికి తినడానికి ఏమీ లేదు. వారు మరియు వారి కుటుంబ సభ్యులు గడ్డి చపాతీలు తినవలసి వచ్చింది. ఒకసారి తన కూతురి చేతిలో చపాతీ ముక్క ఉంది. ఒక అడవి పిల్లి ఆ ముక్కను లాక్కొని పారిపోయింది. ఈ సంఘటన చూసిన ప్రతాప్ చాలా డిస్టర్బ్ అయ్యాడు. అతని కళ్లలో నీళ్లు వచ్చాయి. అతని సంకల్పం క్షీణించడం ప్రారంభించింది మరియు అతను అక్బర్ లొంగదీసుకోవడానికి సిద్ధంగా ఉన్నాడు.

మేవార్ రాజవంశం గురించి వ్రాయబడిన ఏ చారిత్రక పుస్తకం లేదా ఏ ఇతిహాసం ఈ సంఘటనను వివరించలేదు. కల్నల్ టాడ్ మాత్రమే ఈ సంఘటనను వివరించాడు, కానీ టాడ్ ఈ సంఘటన గురించి ఎక్కడ నుండి తెలుసుకున్నాడు, ఇది

ప్రస్తావించబడలేదు. మొదటిది, ప్రతాప్ పర్వత ప్రాంతాలపై ఎల్లప్పుడూ నియంత్రణలో ఉండేవాడు. ఈ పర్వతాలలో అక్కడక్కడ సారవంతమైన భూమి ఉంది. అంతేకాకుండా, ప్రతాప్‌కు చాలా ప్రజాదరణ ఉంది, సమీప గ్రామాల గ్రామస్థులు అతనికి సహాయం చేసేవారు. అతని ఆర్థిక పరిస్థితి ఇంత దారుణంగా ఉందనడంలో సందేహం లేదు. తన పూర్వీకులు పొదుపు చేసిన డబ్బును కూడా తన వెంట తీసుకెళ్లాడు. అతను ఇంత దయనీయమైన స్థితిలో ఉంటే, అతను ఎప్పుడు మొఘులులతో నిరంతరం పోరాడగలడు? అలా చేయడానికి అవకాశం; మరియు అతి పెద్ద విషయం ఏమిటంటే ప్రతాప్‌కి కూతురు లేదు. ఈ కథ నిరాధారమని రుజువు చేస్తూ, డాక్టర్ గౌరీశంకర్ ఓజా ఇలా వ్రాశారు –

"ఈ పూర్తి సంఘటన అతిశయోక్తి మరియు ఊహాత్మకమైనది, ఎందుకంటే మహారాణాకు అలాంటి దురదృష్టం ఎదురుకాలేదు. ఉత్తరాన, కుంభాల్‌ఘుర్ నుండి దక్షిణాన రిషభదేవ్ వరకు (సుమారు 90 మైళ్ల పొడవు) మరియు తూర్పున దేబారి సిరోహి సరిహద్దుల వరకు పశ్చిమాన, దాదాపు 70 మైళ్ల విశాలమైన పర్వత ప్రాంతం ఉంది, ఇది మహారాణా ఆధీనంలో ఉన్న ఒక పర్వత శ్రేణి వెనుక మరొకటి నిండి ఉంది.మహారాణా భార్యలు మరియు సామంతులు మరియు వారి పిల్లలు మొదలైనవారు ఈ సురక్షితమైన ప్రాంతంలో నివసించేవారు. వారికి ఆహారం మొదలైనవి పొందవలసిన అవసరం ఏర్పడినప్పుడు, గోర్వార్, సిరోహి, ఈదార్ మరియు మాల్వా నుండి మార్గాలు తెరిచి ఉన్నాయి, పైన పేర్కొన్న పర్వత ప్రాంతంలో, నీరు మరియు పండ్లతో కూడిన చెట్లు సమృద్ధిగా ఉన్నాయి మరియు మైదానం కూడా ఉంది. మధ్యలో చాలా చోట్ల భూములు, వందలాది గ్రామాలు ఉండేవి.అదే విధంగా ఎన్నో పర్వత కోటలు ఉండేవి.కొండల మీద వేల గ్రామాలు ఉండేవి.మొక్కజొన్న, వరి, శెనగ లాంటి ఆహార ధాన్యాలు విరివిగా ఉత్పత్తి అయ్యేవి. నెయ్యి, పాలు మరియు ఇతర పదార్థాలు సులభంగా అందుబాటులో ఉండేవి. అదే విధంగా, చప్పన్ మరియు బసాని నుండి తార్యావాడ్ వరకు, అన్ని పర్వత ప్రాంతాలు కూడా మహారాణా కింద ఉన్నాయి.

మేవార్ యొక్క ఈశాన్య ప్రాంతాలను మాత్రమే రాజ సైన్యం చుట్టుముట్టింది. పర్వతాల అంత పెద్ద ప్రాంతాన్ని చుట్టుముట్టాలంటే లక్షల మంది సైనికులు కావాలి. అతను పెద్ద పర్వత ప్రాంతంలో భయం లేకుండా తన కమాండర్లతో నివసించేవాడు మరియు అతని విశ్వాసకులు మరియు ధైర్యవంతులైన వేలాది మంది భీలు పర్వతాలను కోతుల వలె దాటడంలో ప్రవీణులు.

ఏడెనిమిది గంటలలోపు 40 నుంచి 50 మైళ్ల దూరంలో ఉన్న శత్రు సైన్యం గురించిన వార్తలను ప్రతాప్‌కు చేరవేసేవారు. రానా తన రాజ్‌పుత్‌లతో కలిసి పర్వతాలలో మెరుపుదాడిలో పడుకునేవాడు మరియు అవకాశం దొరికినప్పుడల్లా వారిపై దాడి చేసేవాడు. భీలు మహారాణాకు తమకు చేతనైనంత సహాయం చేసేవారు మరియు అలవాటు పడ్డారు వారికి అవకాశం దొరికినప్పుడల్లా రాజ సైన్యం యొక్క సామాగ్రిని దోచుకోండి మరియు మహారాణా మరియు అతని కమాండర్ల భార్యలను రక్షించేవారు. ఈ కారణంగా, షాబాజ్ ఖాన్ మేవార్‌లో ఎక్కువ కాలం ఉండలేకపోయాడు మరియు మేవార్‌లోని ప్రధాన ప్రాంతాలలో పెద్ద సైన్యాలతో పోస్ట్‌లను స్థాపించిన తర్వాత తిరిగి వచ్చాడు. మహారాణా ఈ పోస్టులపై నిరంతరం దాడి చేసి ధ్వంసం చేసేవాడు. మహారాణా పరిస్థితి గురించి కల్నల్ టాడ్ చెప్పిన వర్ణన నిజమైతే, అక్బర్‌ని అవకాశం దొరికినప్పుడల్లా మెచ్చుకుంటూ, అతని గుణాలన్నింటిని అతిశయోక్తిగా అభివర్ణించే అబుల్ ఫజల్ లాంటి రచయిత ఈ విషయాన్ని వర్ణించడంలో కొండంత కొండెక్కి ఉండేవాడు. కానీ, అక్బర్‌నామా మరియు ఫార్సీ చరిత్రలో దీని ప్రస్తావన లేదు, కష్టాలు మరియు ప్రతికూల పరిస్థితులను భరించలేక, రానా అక్బర్‌ను లొంగదీసుకోవడానికి అంగీకరిస్తూ లేఖ రాశాడు. ఏది ఏమైనప్పటికీ, ఉదయపూర్ మరియు గోగుండా రాజభవనాల వంటి సౌలభ్యం అక్కడ లేదని మరియు శత్రువులతో పోరాడాలనే ఆందోళన ఎప్పుడూ ఉండేదని ఇది నిజం."

ప్రతాప్‌కు ఎప్పుడూ ఆర్థిక ఇబ్బందులు ఎదురుకాలేదు. అతని పూర్వీకులు, రాణా కుంభ మరియు రాణా సంఘ పెద్ద మొత్తంలో డబ్బు మరియు సంపదను సేకరించారు.

మేవార్‌పై బహదూర్షా మొదటి దాడికి ముందు ఈ మొత్తం సంపద చిత్తోర్ నుండి తొలగించబడింది. అందువల్ల, బహదూర్షా లేదా అక్బర్ వంటి ఆక్రమణదారులెవరూ దానిని పొందలేకపోయారు. ఉదయసింగ్ మరియు ప్రతాప్‌లకు ఎటువంటి సంపదను సేకరించే అవకాశం లేనప్పటికీ, వారు తమ పూర్వీకులు సేకరించిన సంపదను ఎల్లప్పుడూ భద్రంగా ఉంచారు. మొఘలులపై దాడులు జరిగినప్పుడు, ఈ నిధిని భామాషా వద్ద ఒక రహస్య ప్రదేశంలో ఉంచారు. దీనికి సంబంధించిన పూర్తి లెక్కలను తన లెడ్జర్‌లో ఉంచుకుని అవసరమైనప్పుడు మాత్రమే ఖర్చు పెట్టేవాడు. చనిపోయే సమయంలో ఈ లెడ్జర్‌ని భార్యకు ఇచ్చి అమర్‌సింగ్‌కు ఇవ్వాలని అభ్యర్థించాడు. అనంతరం జహంగీర్‌తో అమర్‌సింగ్ ఒప్పందం కుదుర్చుకున్నారు. ఒప్పందం సమయంలో, అమర్‌సింగ్ యువరాజు ఖుర్రామ్‌కు (తర్వాత షాజహాన్) ఒక ఆభరణాన్ని బహూకరించాడు. సమయం 60,000 రూపాయలు (ఈ ఆభరణం రాథోడ్ పాలకుడు రావు మాల్దేవ్ వద్ద ఉంది. అతని కుమారుడు చంద్రసేన్ ప్రతికూల పరిస్థితుల్లో ఉదయసింగ్‌కు విక్రయించాడు). ఇది కాకుండా, యువరాజు ఖుర్రామ్ దక్షిణాన వెళుతున్నప్పుడు ఉదయపూర్‌లో ఆగినప్పుడు, అమర్‌సింగ్ అతనికి ఐదు ఏనుగులు మరియు అమూల్యమైన ఆభరణాలు మరియు రత్నాలు పొదిగిన ఆభరణాల పెద్ద పళ్ళెం బహుమతిగా ఇచ్చాడు. ఖుర్రం మూడు గుర్రాలు తప్ప మిగతావన్నీ తిరిగి ఇచ్చాడన్నది వేరే విషయం.

అమర్‌సింగ్ తర్వాత ఆయన కుమారుడు జగత్‌సింగ్ సింహాసనంపై కూర్చున్నాడు. ఉదయపూర్‌లో లక్షల రూపాయలు వెచ్చించి జగన్నాథ ఆలయాన్ని నిర్మించాడు. అతను విరాళంగా ఒక 'కల్పవృక్షం' (కోరిక చెట్టు) ఇచ్చాడు (కల్పవృక్షం ఆభరణాలతో మాత్రమే చేయబడింది). మొదట్లో ప్రతి సంవత్సరం తన పుట్టిన రోజున తన బరువుకు సమానమైన వెండిని దానం చేసేవాడు, అయితే 1648 నుండి ఈ సందర్భంగా బంగారాన్ని దానం చేయడం ప్రారంభించాడు. అతని తరువాత, అతని కుమారుడు రాజ్ సింగ్ మేవార్‌కు పాలకుడు అయ్యాడు. 1652లో పట్టాభిషేకం చేసిన సంవత్సరంలో,

అతను ఎక్లింగ్ ఆలయంలో తన బరువుకు సమానమైన ఆభరణాలను విరాళంగా ఇచ్చాడు. భారతదేశ చరిత్రలో, ఒకరి బరువుకు సమానమైన ఆభరణాలను విరాళంగా ఇవ్వడానికి ఇదొక్కటే ఉదాహరణ. అతను రాజసముద్రం సరస్సును నిర్మించాడు, ఇందులో సుమారు కోటి ఆరు లక్షల రూపాయలు ఖర్చు చేశారు. ఈ వర్ణనలన్నిటిని బట్టి మేవార్ రాజకుటుంబానికి చెందిన ఈ సంపద ఇంతకు ముందు సేకరించబడిందని స్పష్టమవుతుంది. అమర్‌సింగ్, జగత్‌సింగ్, లేదా రాజ్‌సింగ్ సొంతంగా సేకరించలేదు. కాబట్టి, మొఘలులకు వ్యతిరేకంగా పోరాటం జరుగుతున్న సమయంలో మహారాణా ప్రతాప్‌ను పేదవాడిగా పరిగణించడం పూర్తిగా తప్పు.

మహారాణా ప్రతాప్ గురించి మరొక విషయం చెప్పబడింది, అతను బంగారం మరియు వెండితో చేసిన పాత్రలలో తినడానికి బదులుగా, అతను ఆకులలో ఆహారం తీసుకుంటానని, గడ్డి మరియు ఆకుల మంచం మీద నిద్రిస్తానని ప్రతిజ్ఞ చేసాడు. ఈ వర్ణనలన్నీ ఊహాజనితమని రుజువు చేస్తున్నాయి. , డాక్టర్ ఓజా వ్రాశారు –

"ఉదయ్‌పూర్‌లోని మహారాణులు తినే సంప్రదాయం పాత ఆచారాల ప్రకారం వారు నేలను కడుగుతారు మరియు దానిపై ఉతికిన తెల్లటి గుడ్డను పరచి ఉంచుతారు.

దానిపై 'బాజోట్' (ఆరు-కాళ్ల షట్కోణ లేదా నాలుగు-కాళ్ల దీర్ఘచతురస్రాకార మలం, ఇది దాదాపు 9 అంగుళాల ఎత్తు). దీని మీద అరటి ఆకు, ఈ అరటి ఆకు మీద ప్లేట్ ఉంచుతారు. కల్నల్ టాడ్ ప్రకారం, ఈ ఆకు పైన పేర్కొన్న ప్రతిజ్ఞ వల్ల కాదు, కానీ పురాతనమైన తినే ఆచారం కారణంగా ఉంది. పూర్వకాలంలో అరటి ఆకులతో ఆహారం తీసుకునేవారు. గడ్డిని అతని మంచం కింద ఎప్పుడూ ఉంచలేదు."

మరో కథ ప్రకారం, గడోలియా లోహర్‌లు కూడా మహారాణా ప్రతిజ్ఞతో అనుసంధానించబడ్డారు. ఈ ప్రజలు ఎద్దుల బండ్లలో అన్ని వస్తువులతో కుటుంబ సమేతంగా ఒక ప్రాంతం నుండి మరొక ప్రదేశానికి తిరుగుతారు మరియు వివిధ ప్రదేశాలలో శిబిరాలు ఉంచారు. వారి కుటుంబాలు కత్తులు మొదలైనవి తయారు చేస్తాయి మరియు రాజస్థాన్, పంజాబ్, ఢిల్లీ, ఉత్తరప్రదేశ్‌లలో రోడ్ల పక్కన వారి

శిబిరాలలో చూడవచ్చు. ప్రతాప్ కాలంలో, మొఘల్ సైన్యం చిత్తోర్‌పై దాడి చేసినప్పుడు, చిత్తోర్‌ను ఖాళీ చేయవలసి వచ్చినప్పుడు, ఈ ప్రజలు తమ ఇళ్ల నుండి బయటకు వచ్చి, మహారాణా విజయం సాధించే వరకు అక్కడ ఇక్కడ తిరుగుతారని ప్రతిజ్ఞ చేశారని, అప్పటి నుండి ఇక్కడే తిరుగుతున్నారని నమ్ముతారు. మరియు అక్కడ. వాస్తవానికి, దీనికి ఎటువంటి రుజువు లేదు. ఆ సమయంలో అందరూ చిత్తూరు వదిలి వెళ్ళవలసి వచ్చింది, కానీ మరే ఇతర సమాజం అలాంటి జీవనశైలిని అనుసరించలేదు. హల్దీఘాటి యుద్ధం తరువాత, మహారాణా ప్రతాప్ ఎక్కువ సమయం పర్వతాలలో గడిపాడు. అతని జీవితంలోని ఈ భాగం అతని అద్భుతమైన చరిత్రలో ప్రకాశవంతమైన ప్రదేశం. ఇక్కడ నుండి, అతని అసమానమైన దేశభక్తి, సమర్థ రాజకీయాలు, అసాధారణ సంకల్ప శక్తి మరియు ఉత్సాహం మనకు కనిపిస్తాయి. హల్దీఘాటిలో ఓటమిని ప్రతాప్ ఎప్పుడూ అంగీకరించలేదు.

వాస్తవానికి, ఈ ఓటమి తర్వాత అతని యుద్ధ వ్యూహంలో కొత్త అధ్యాయం ప్రారంభమవుతుంది. గోగుండాపై మళ్లీ మళ్లీ దాడి చేయడం ద్వారా, అతను మొఘలులను ఇక్కడ నిమగ్నమై ఉంచి, వారి బలాన్ని తగ్గించి, వారి సంకల్ప శక్తిని నాశనం చేయాలనుకున్నాడు. అతను మొఘల్ దాడుల నుండి తనను తాను రక్షించుకోవడానికి అనుకూలంగా లేడు. అతను కుంభాల్‌ఘర్ దగ్గర నుండి సహారా వరకు మరియు గోర్వార్ నుండి ఆసిద్ వరకు అన్ని పర్వత ప్రాంతాలలో అత్యంత విశ్వసనీయమైన మరియు ధైర్యవంతులైన భీల్స్‌ను పనిలో పెట్టాడు, వారు తమ విధులను నిర్వహించేవారు గొప్ప అంకితభావంతో. వారి సహకారం వల్లనే శత్రువు ప్రవేశించలేకపోయాడు, శత్రువు కూడా ప్రవేశించాలని ఆలోచిస్తే, మహారాణాకు ఈ వార్త తెలిసి, అతను అక్కడ నుండి వేరే చోటికి వెళ్ళాడు.

తన మాతృభూమి పట్ల తన విధులను నెరవేర్చడానికి, మహారాణా తన ప్రశాంతమైన మరియు సంతోషకరమైన జీవితాన్ని త్యాగం చేశాడు. అడవిలో పడిన కష్టాలను తన జీవితంలో ఒక భాగంగా చేసుకున్నాడు. ఇది పిరికితనం కాదు, అతని మంచి

రాజకీయం. అతని ఈ వ్యూహంలో, మొఘుల్‌లతో ప్రత్యక్ష ఘర్షణ ముఖ్యమైనదిగా పరిగణించబడలేదు. అత్యంత శక్తివంతమైన మొఘుల్ చక్రవర్తి మేవార్‌ను శాశ్వతంగా తన ఆధీనంలోకి తెచ్చుకోలేకపోవడానికి ఇదే కారణం. అడవిలో ఉన్న రోజుల్లో, అతను తన ప్రజలతో స్నేహపూర్వకంగా ఉండేవాడు. అతని గొప్ప త్యాగాలు, కఠినమైన క్రమశిక్షణ మరియు కఠినమైన జీవితం పౌరులపై స్ఫూర్తిదాయకమైన ప్రభావాన్ని చూపాయి, తద్వారా ప్రతాప్ పట్ల పౌరులలో గౌరవ భావన అభివృద్ధి చెందింది. ఏ పాలకుడి స్థిరత్వానికి పౌరుల ప్రేమ కారణం, ఈ వాస్తవం మహారాణాకు బాగా తెలుసు. అందుకే అతను ఒక ప్రదేశం నుండి మరొక ప్రదేశానికి వెళ్ళేటప్పుడు, అతని సబ్జెక్టులు మొఘులుల నుండి శిక్ష గురించి బాధపడకుండా సంతోషంగా ఉండటానికి ఏర్పాట్లు చేసేవారు.

జూన్ 1576 నుండి 1585 చివరి వరకు, మహారాణా పర్వతాలలో ఒక ప్రదేశం నుండి మరొక ప్రదేశానికి కదులుతూనే ఉన్నాడు, అయినప్పటికీ అతను మొఘుల్ చక్రవర్తి ముందు లొంగిపోలేదు. చివరికి, అతని రోజులు మారాయి, మొఘుల్ చక్రవర్తి మేవార్ ప్రచారం బలహీనపడటం ప్రారంభమైంది. మహారాణా మళ్ళీ మేవార్‌ను మొఘుల్ పాలన నుండి పూర్తిగా విడిపించడానికి ప్రయత్నించడం ప్రారంభించాడు.

ఆరవ అధ్యాయం

శీతాకాలం మరియు మరణం

జగన్నాథ్ కచ్వాహ్ కూడా తన మేవార్ ప్రచారంలో ప్రత్యేక విజయం సాధించలేదు. మహారాణా ప్రతాప్‌ను పట్టుకుని తమ పాలనను అంగీకరించేలా చేయడం అసాధ్యమని మొఘులులు దీని ద్వారా గ్రహించారు. అంతేకాకుండా, 1579 నుండి 1585 వరకు తూర్పు ఉత్తరప్రదేశ్, బెంగాల్, బీహార్ మరియు గుజరాత్‌లలో మొఘల్ ఆధీనంలో ఉన్న ప్రాంతాలలో తిరుగుబాట్లు జరిగాయి. అందుకోసం అక్బర్ నిశ్చితార్థం అక్కడే జరిగింది. దీని తరువాత, అక్బర్ తూర్పు-పశ్చిమ సరిహద్దు ప్రాంతం మరియు పంజాబ్ యొక్క తిరుగుబాట్లను అణచివేయడంలో బిజీగా ఉన్నాడు. ఈ కారణాల వల్ల మేవార్ పై మొఘల్ చక్రవర్తి ఒత్తిడి తగ్గింది. జగన్నాథ్ కచ్వాహ్ దాడి ప్రతాప్ కాలంలో మేవార్ పై జరిగిన చివరి దాడి.

ఈ పరిస్థితులన్నీ తనకు అనుకూలంగా ఉన్నాయని మహారాణా ప్రతాప్ కనుగొన్నారు. అతను తన లక్ష్యాన్ని సాధించగలగడం ప్రారంభించాడు. ప్రతాప్ ఈ సువర్ణావకాశాన్ని వదులుకోదలచుకోలేదు.

హల్దీఘాటి యుద్ధం తరువాత, మహారాణా ప్రతాప్ మేవార్‌ను స్వతంత్రంగా చేయడానికి, మొఘల్‌లను నేరుగా ఎదుర్కోవడం సరిపోదని, అయితే దీని కోసం పొరుగు రాష్ట్రాలతో కూడా స్నేహపూర్వక సంబంధాలు కలిగి ఉండాలని గ్రహించాడు. మొఘులులు మేవార్ పై నియంత్రణ సాధించినట్లయితే, ఈ రాష్ట్రాల స్వాతంత్ర్యం కూడా సురక్షితంగా ఉండేది కాదు. ఈ పాయింట్ ఉంచడం మనస్సు, ప్రతాప్ వారితో స్నేహపూర్వక సంబంధాలు పెట్టుకోవడం ప్రారంభించాడు. ఈ రాష్ట్రాలపై మొఘల్ పాలన ఏర్పడి ఉంటే, అది మేవార్ భద్రతకు కూడా ప్రాణాంతకంగా ఉండేది.

ఈదార్, సిరోహి, దుంగార్‌పూర్, బూండి మరియు బన్స్వారా ప్రతాప్ మద్దతుదారులు. కొన్నిసార్లు వారు మొఘల్ వైపు కూడా వెళ్ళినప్పటికీ, అనుకూలమైన పరిస్థితులలో

వారు ప్రతాప్‌కు కూడా మద్దతు ఇవ్వడం ప్రారంభించారు. ఈదర పాలకుడు రావు నారాయణదాస్ ప్రతాప్ బంధువు అయ్యాడు. ఈ విధంగా, ప్రతాప్ తన చుట్టూ భద్రతా రేఖను ఏర్పాటు చేసుకున్నాడు.

రాథోర్స్‌పై నియంత్రణ

ప్రతాప్‌కు వ్యతిరేకంగా మొఘల్ ప్రచారం కూడా కొనసాగుతోంది, మరియు ఏదైనా అవకాశం వచ్చినప్పుడు, ప్రతాప్ మొఘల్‌లపై కూడా దాడి చేసేవాడు. ఈ యుద్ధాల్లో ప్రతాప్ బిజీగా ఉండడం చూసి కొన్ని అంతర్గత శక్తులు తమ బలాన్ని పెంచుకోవడం ప్రారంభించాయి. చప్పన్‌లోని రాథోర్స్ ఈ అవకాశాన్ని సద్వినియోగం చేసుకునేందుకు ప్రయత్నించారు. వారు మాగ్రా జిల్లాలోని నైరుతి ప్రాంతంలో తమ బలాన్ని పెంచుకోవడం ప్రారంభించారు. ఇది మహారాణాకు కొత్త విపత్తు. ఈ సమయంలో, జగన్నాథ్ కచ్వాహ కూడా మేవార్ ప్రచారంలో ఉన్నారు. ఒకవైపు కచ్వాహ్ ప్రచారాన్ని ఎదుర్కొంటుండగా, మరోవైపు రాథోర్లు తిరుగుబాటు చేయడం ప్రారంభించారు. రాథోర్లను అణచివేయడం అవసరమని మహారాణా భావించాడు. కాబట్టి, 1585 లో, అతను మాగ్రా యొక్క నైరుతి వైపు వెళ్ళాడు. అక్కడ అతను రాథోర్లను అణచివేశాడు. రాథోడ్ నాయకుడు లూనా చావాండియా ఓడిపోయి అక్కడ ప్రతాప్ పాలన స్థాపించబడింది. సరనాలోని సుర్‌ఖండ్ గ్రామంలోని శాసనంలో దీనికి సంబంధించిన వివరణ ఉంది.

మేవార్‌లో చాలా వరకు నియంత్రణ

అక్బర్ ఇతర ప్రదేశాలలో బిజీగా ఉండటంతో, మేవార్‌పై మొఘల్ ఒత్తిడి తగ్గింది. కాబట్టి, 1585లో, మహారాణా మేవార్‌కు పూర్తి స్వాతంత్ర్యం కోసం ప్రయత్నాలు ప్రారంభించాడు. అమర్‌సింగ్ నాయకత్వంలో, మేవార్ సైన్యం తన మిషన్‌ను ప్రారంభించింది. ఈ సైన్యం మొఘల్ పోస్టులపై దాడి చేయడం ప్రారంభించింది. మొఘల్ సైన్యం పారిపోవటం ప్రారంభించింది మరియు వెంటనే మహారాణా ఉదయపూర్, మోహి, గోగుండా, మండల్, పింద్వారా మొదలైన 36 ముఖ్యమైన ప్రదేశాలను నియంత్రించగలిగాడు. ఒక

సంవత్సరంలోనే, వాయువ్య, ఈశాన్య మరియు మధ్య మేవార్‌లో స్థాపించబడిన మొఘల్ పోస్టులన్నీ ధ్వంసం చేయబడ్డాయి మరియు స్వాధీనం చేసుకున్నాయి. మొఘల్ నియంత్రణ చిత్తోర్, మండల్‌గర్ మరియు దాని ఈశాన్యంలో మాత్రమే ఉంది. మహారాణా ప్రతాప్ రాజుగా పదవీ బాధ్యతలు స్వీకరించినప్పుడు తన అధీనంలో ఉన్న దాదాపు అదే ప్రాంతాన్ని తిరిగి స్వాధీనం చేసుకోగలిగాడు. 12 సంవత్సరాలు పోరాడినప్పటికీ, అక్బర్ మహారాణాను ఓడించలేకపోయాడు.

దీని తరువాత, మహారాణా ప్రతాప్ ఆమేర్ ప్రాంతాలపై దాడి చేసి మల్పురా యొక్క సంపన్న నగరాన్ని దోచుకున్నాడు మరియు మాన్సింగ్ మరియు జగన్నాథ్ కచ్వాహాకు గుణపాఠం చెప్పడానికి దానిని నాశనం చేశాడు. బన్స్వారా మరియు దుంగార్పూర్ మొఘల్ ఆధీనంలోకి వెళ్లాయి, అతను వీటిని మళ్లీ తన ఆధీనంలోకి తెచ్చుకున్నాడు. ఈ సమయం మేవార్‌కు స్వర్ణ కాలంగా నిరూపించబడింది. సుదీర్ఘ పోరాటం తర్వాత, మహారాణా చాలా వరకు విడిపించగలిగాడు మేవార్ ఈ అంశంపై, డాక్టర్ గోపీనాథ్ శర్మ ఇలా వ్రాశారు - "మహారాణాకు 1585 సంవత్సరం స్వర్ణకాలం. ఈ సమయం వరకు, మొఘలుల భీభత్సం వ్యాపించింది. ఇది బహుశా మేవార్‌పై జగన్నాథ్ కచ్వాహ యొక్క చివరి దాడి, ఎందుకంటే ఇది చక్రవర్తి దృష్టిని ఆకర్షించింది. మేవార్ నుండి మళ్లించబడింది మరియు ఇప్పుడు వాయువ్య సరిహద్దు ప్రాంతాలు మరియు పంజాబ్ యొక్క ముఖ్యమైన సమస్యలపై కేంద్రీకరించబడింది.ఈ కాలంలో, ప్రతాప్ మళ్లీ వాయువ్య, ఈశాన్య మరియు మధ్య మేవార్ యొక్క మొఘల్ పోస్ట్‌లపై దాడి చేశాడు.కున్వర్ అమర్‌సింగ్ సహాయంతో అతను మొఘల్‌లను తొలగించాడు. మోహి, గోగుండా, మండల్, పిండ్వారా మొదలైన 36 ప్రదేశాల నుండి మేవార్ ప్రధాన ప్రాంతాలు మహారాణా ఆధీనంలోకి వచ్చాయి.

గోగుండలో సమావేశం

ప్రతాప్ విజయం సాధించిన సందర్భంగా గోగుండలో భారీ సభ ఏర్పాటు చేశారు. ఈ సమావేశంలో, మహారాణా, అతని సామంతులు మరియు సైనికులు పాల్గొన్నారు. ఈ సమావేశంలో, మహారాణా పోరాట సమయాల్లో మద్దతు ఇచ్చిన వారు మరియు

యుద్ధంలో ప్రాణాలు కోల్పోయిన ఆ ధైర్యవంతుల వారసులకు బహుమానం అందించారు. మేవార్‌లోని అనేక ప్రాంతాలు నిర్మానుష్యంగా మారాయి. మళ్లీ జనావాసం కల్పిస్తామని ప్రకటించారు.

కొత్త రాజధాని - చావంద్

ఈ సమయంలో, మహారాణా తన రాష్ట్రానికి కొత్త రాజధాని చావంద్‌ను నిర్మించాడు. ఈ రాష్ట్రం చప్పన్ పాలకుడైన చావండియా నుండి గెలుచుకుంది. ఇందులోని చావంద్ అనే గ్రామం రాజధానిగా మార్చబడింది. ఇక్కడ, చుట్టూ దట్టమైన అడవులు మరియు పర్వతాలు ఉన్నాయి. కాబట్టి, భద్రతా కోణం నుండి, ఇది రాజధానిగా తగినదిగా పరిగణించబడింది. చావంద్ దగ్గర కూడా వ్యవసాయానికి అనుకూలమైన భూమి ఉంది. ఈ ప్రాంతం, భద్రతా దృక్కోణం నుండి సముచితంగా ఉండటమే కాకుండా, శాంతియుత జీవనానికి కూడా తగినది. అలాగే, ఇది మేవార్ యొక్క స్నేహపూర్వక రాష్ట్రాలకు సమీపంలో ఉంది మరియు మొఘులులకు దూరంగా ఉంది. ఖచ్చితంగా, ఈ సురక్షితమైన స్థలాన్ని తన రాష్ట్రానికి రాజధానిగా మార్చుకోవడం మహారాణా యొక్క దూరదృష్టికి నిదర్శనం.

చావంద్‌లో కొత్త నిర్మాణం జరిగింది. గొప్ప రాజభవనాలు నిర్మించబడ్డాయి. ప్యాలెస్‌ల నిర్మాణ శైలి రాణా కుంభ మరియు రాణా ఉదయసింగ్‌ల నిర్మాణ శైలిని పోలి ఉంటుంది. వీటి నిర్మాణంలో ఆనాటి ఆకృతి, రూపం, అవసరాలపై పూర్తి శ్రద్ధ పెట్టారు. నేటికీ, ఈ రాజభవనాల అవశేషాలను చూస్తే, వీటిలో యుద్ధ కాలపు భీభత్సానికి ఆధారాలు ఉన్నాయని స్పష్టమవుతుంది. రాజభవనాల భద్రత, పటిష్టత మొదలైన వాటిపై తగిన శ్రద్ధ పెట్టారు.

రాజ నివాసం సమీపంలో, సామంతుల నివాసాలు కూడా చేయబడ్డాయి. వీటి అవశేషాలను బట్టి, వారి గదులు రాజభవనంలోని గదుల కంటే కొంచెం చిన్నవిగా ఉన్నాయని స్పష్టమవుతుంది. కొన్ని చిన్న గదులు, ప్లాట్‌ఫారమ్‌లు మరియు ఓపెన్ లాయం ఉన్నాయి. ఇళ్ళ పైకప్పులు వెదురు మరియు 'కెలు'లతో కప్పబడి ఉన్నాయి. సామాన్యుల కోసం కచ్చా ఇళ్లు కట్టించారు. కేవలం వ్యతిరేకం రాజ నివాసం చాముండా దేవి ఆలయం. చావంద్ వాస్తుశిల్పం గురించి, డాక్టర్ గోపీనాథ్ శర్మ ఇలా వ్రాశారు-

"ఈ ప్యాలెస్ దాని బలంతో ప్రత్యేకంగా ఉంది. వీటి నిర్మాణ శైలిలో, ఉదయసింగ్ మరియు కుంభ నిర్మాణ శైలి యొక్క సంగ్రహావలోకనం ఉంది. వీటి శిథిలాలలో, 'చౌపల్స్' (అసెంబ్లీ హాళ్లు) మరియు గదుల నిర్మాణం ఖచ్చితంగా ఉంది. చిత్తోర్ రాజభవనాల నిర్మాణం వలెనే.కానీ, ఆకృతిలో మరియు నిర్మాణంలో, ఆ కాలపు అవసరాలకు ప్రాధాన్యత ఇవ్వబడింది.ఈ ప్యాలెస్‌లలోని అత్యంత ప్రత్యేకత ఏమిటంటే, యుద్ధ సమయంలోని భీకరత వీటిలో స్పష్టంగా కనిపిస్తుంది. ప్రతి ప్రదేశం, భద్రత, రక్షణ మొదలైనవి మనస్సులో ఉంచబడ్డాయి. మేము పూర్తి ప్యాలెస్‌లో ప్రతాప్ జీవితం యొక్క సంగ్రహావలోకనం చూడవచ్చు. ఈ ప్యాలెస్‌లు యుద్ధ కాలపు శిల్పకళకు మంచి ఉదాహరణలు."

మహారాణా ప్రతాప్ మరణానంతరం, మరియు జహంగీర్‌తో అమర్‌సింగ్ ఒప్పందం జరిగిన మరుసటి సంవత్సరం (1615) వరకు, చావంద్ మేవార్ రాజధానిగా కొనసాగింది. రాజధానిగా నిలిచిపోయిన తర్వాత కూడా, 200 సంవత్సరాల పాటు ఇర్ సాహిత్యం, కళ మొదలైన వాటికి కేంద్రంగా ఉంది. 18వ శతాబ్దంలో రాసిన అనేక పుస్తకాలు ఇందుకు నిదర్శనం. ప్రస్తుత కాలంలో, చావంద్ కేవలం ఒక గ్రామం, కానీ శిథిలాలు ఇప్పటికీ దాని అద్భుతమైన గత చరిత్రను తెలియజేస్తాయి.

ధ్వంసమైన స్థలాల పునర్నిర్మాణం

ఆరావళిలోకి వెళ్లే సమయానికి ప్రతాప్ చాలా ప్రదేశాలను ధ్వంసం చేశాడు. తరువాత, ప్రతాప్‌ను అనుసరించి, అతన్ని పట్టుకోలేక, మొఘలులు ఈ ప్రదేశాలను పూర్తిగా నాశనం చేశారు. స్వాతంత్ర్యం పొందిన తరువాత, ఈ ప్రదేశాలు మళ్లీ జనాభాకు గురయ్యాయి.

పిప్లీ, ధోలన్, టికార్ మొదలైన వాటిని మొఘల్ సైన్యం పూర్తిగా కాల్చివేసి నాశనం చేసింది. వాటిని మళ్లీ జనావాసం చేసేందుకు రైతులకు కొత్త భూములు ఇచ్చారు. భూముల యాజమాన్య పత్రాలు కోల్పోయిన రైతులకు కొత్త పత్రాలు అందజేశారు. వాణిజ్యం మరియు పరిశ్రమలు ఉండేవి ప్రోత్సహించారు. విద్య, ఆరోగ్యంపై కూడా తగిన శ్రద్ధ పెట్టారు. వెంటనే, మేవార్ యొక్క ఎడారి పొలాలు పంటలతో నిండిపోయాయి. రాష్ట్రంలో శాంతి భద్రతలు నెలకొల్పారు. మేవార్ ప్రజలు, మహిళలు, పిల్లలు మరియు

వృద్ధులు నిర్భయంగా నివసించడం ప్రారంభించారు. ప్రతాప్ మంచి క్రమశిక్షణ కలిగిన వ్యక్తి. అంతేకాకుండా, అతను తన సబ్జెక్టుల పట్ల కూడా చాలా ప్రేమను కలిగి ఉన్నాడు. అతని రాజ్యంలో పౌరులందరూ సంతోషంగా జీవించడం ప్రారంభించారు. అమర్‌సింగ్ కాలంలో వ్రాసిన ఒక ఇతిహాసంలో, మహారాణా పరిపాలన యొక్క మంచి సంస్థను మరియు పౌరుల శాంతి మరియు శ్రేయస్సును వివరిస్తూ, కవి ఇలా వ్రాశాడు –

"ఇప్పటి వరకు, ప్రతాప్ తన రాష్ట్రంలో చాలా శాంతి మరియు ఆనందాన్ని వ్యాప్తి చేసాడు, పిల్లలు మరియు మహిళలకు ఎటువంటి భయమూ లేదు, పౌరుల స్వభావం చాలా ఎక్కువ మరియు ప్రతి ఒక్కరూ నైతికతను విశ్వసించారు. కాబట్టి, రాజు శిక్షించే ప్రశ్నే లేదు. మహారాణా ప్రతాప్ రాష్ట్రంలోని ప్రతి ఒక్కరికి విద్య కోసం తగిన ఏర్పాట్లు చేసాడు.భూమి అత్యంత సారవంతమైనది.రాష్ట్రంలో దేనికీ లోటు లేదు.అందరికీ సరిపడా నెయ్యి, పాలు, పెరుగు, పండ్లు మరియు ఇతర ఆహార ధాన్యాలు అందుబాటులో ఉన్నాయి. ఈ శాంతి సమయంలో, మేవార్‌లోని అనేక నగరాలు మళ్లీ జనాభా పొందాయి, అందులో దేశభక్తి మరియు సంపన్న పౌరులు నివసించేవారు."

మహారాణా ప్రతాప్ మరణానికి

వ్యతిరేకంగా మహారాణా ప్రతాప్ పోరాడారు తండ్రి కాలం నుంచి మొఘులులు. 1585లో మేవార్‌పై ఉన్న మొఘుల్‌ల చీకటి నీడను తొలగించారు. దీని తర్వాత, ప్రతాప్ తన రాష్ట్రంలో శాంతి భద్రతలను తీసుకురావడంలో నిమగ్నమయ్యాడు, కానీ దురదృష్టవశాత్తు, సుమారు ll సంవత్సరాల తర్వాత 19 జనవరి 1597న మరణించాడు.

కల్నల్ టాడ్ ప్రకారం, అతని మరణ సమయంలో, మహారాణా తీవ్ర నొప్పితో ఉన్నాడు, కానీ ఇప్పటికీ మరణం రాలేదు. బహుశా, ఈ సమయంలో కూడా అతను మేవార్ భద్రత గురించి ఆందోళన చెందాడు. అతని సామంతులు అతనికి హామీ ఇచ్చినప్పుడు మేవార్ భద్రత, అప్పుడు మహారాణా శాంతియుతంగా మరణించగలిగారు.

అతను ఏ వ్యాధితో మరణించాడు, దీని గురించి ఖచ్చితంగా ఏమీ చెప్పలేము. ఒకసారి వేటాడుతుండగా కాలికి గాయమైందని చెబుతారు. నిరంతర పోరాటం మరియు కృషి కారణంగా, అతని శరీరం అప్పటికే బలహీనంగా మారింది, కాబట్టి ఈ గాయం తర్వాత,

అతను అనారోగ్యంతో మరియు కొన్ని రోజులలో మరణించాడు. అబుల్ ఫజల్ అక్బర్నామాలో మహారాణాకు అమర్‌సింగ్ విషం ఇచ్చాడని, దాని వల్ల అతను మరణించాడని రాశాడు. అబుల్ ఫజల్ యొక్క ఈ వివరణను ఆ కాలంలోని మరే ఇతర చరిత్రకారుడు సమర్థించలేదు, కాబట్టి అతని ఈ అభిప్రాయం నిరాధారమైనదిగా పరిగణించబడుతుంది.

ప్రతాప్ చవంద్‌లో మరణించాడు, పిచ్చోలాలో కాదు. అతని మరణానంతరం, వందోలి గ్రామంలో జలపాతం ఒడ్డున దహనం చేశారు. రాజ కుటుంబం యొక్క శ్మశాన వాటిక ఇక్కడ ఉంది. వందోలి చావంద్ నుండి 1.5 మైళ్ల దూరంలో ఉంది. ఒక చిన్న సమాధి రూపంలో ఒక స్మారక చిహ్నం ఉంది, దానిపై ఎనిమిది స్తంభాలతో ఒక పందిరి ఉంది. ఈ పందిరిపై, సుమారు 1601లో, ఎవరైనా తన సోదరి గురించి రాతిలో ఒక శాసనాన్ని ఉంచారు, అది అతని సోదరి సమాధి అని ప్రజలు తరచుగా నమ్ముతారు, కానీ ఇది నిజం కాదు.

మహారాణా మరణంపై అక్బర్ స్పందన

ప్రతాప్ గుణగణాలను విశ్లేషించే ముందు, అతనొక ప్రత్యేక వ్యక్తి అని అర్థం చేసుకోవాలి. ఏ సమకాలీనుడు లేదా అతనితో సమానమైన మరే ఇతర రాజు కూడా అదే ప్రవర్తన మరియు పాత్రను కలిగి లేడు మరియు అతను సాధించినంత విజయాన్ని ఎవరూ పొందలేదు. అతని అసాధారణమైన దేశభక్తి, శౌర్యం మరియు పాత్ర యొక్క సంకల్పం కారణంగా, ప్రతాప్ భారతీయ సంస్కృతి సంప్రదాయానికి చిహ్నంగా మరియు దాని రక్షకుడిగా కూడా అయ్యాడు.

అక్బర్ మహారాణా ప్రతాప్ యొక్క అతి పెద్ద శత్రువు, కానీ అతని ఈ పోరాటం వ్యక్తిగత శత్రుత్వం వల్ల కాదు, సూత్రాల యుద్ధం. సామ్రాజ్యవాది అయినప్పటికీ. అక్బర్‌లో చాలా మంచి లక్షణాలు ఉన్నాయి. మహారాణా ప్రతాప్ మరణం గురించి విని అతను చాలా బాధపడ్డాడు, ఎందుకంటే అతని హృదయంలో అతను ఉన్నాడు మహారాణా మంచి గుణాలకు ఆరాధకుడు. ఈ వార్త తెలుసుకున్న అక్బర్ రహస్యంగా మౌనంగా ఉన్నాడు.

అతని ఈ ప్రతిచర్య అతని సభికుల నుండి దాచబడలేదు, కానీ ఎవరూ ఏమీ చెప్పలేరు. ఆ సమయంలో, అతని సభికుడు, చరణ్ దుర్సా ఓరా, ప్రతాప్‌ను ప్రశంసిస్తూ ఒక పద్యం చదివాడు. ఇప్పుడు చరణ్ దుర్సా అక్బర్ ఆగ్రహానికి గురి అవుతుందని సభికులందరూ విశ్వసించారు. అక్బర్ నిర్ణయం కోసం వారంతా భయంతో, ఉత్సుకతతో ఎదురుచూశారు, కానీ అలాంటిదేమీ జరగలేదు. అక్బర్ చరణ్‌ని తన దగ్గరకు పిలిచి పద్యం (చప్పన్) మళ్లీ చెప్పమని అడిగాడు. చరణ్ తన 'చప్పన్'ని మళ్లీ రిపీట్ చేశాడు, అది ఇలా ఉంది –

యాష్ లెగో అర్ దాగ్, పాగ్ లెగో అర్ నామి.
గో ఆరా గప్రై, జికో బహ్తో ధుర్ బామీ. నవరోజే నః గయో, నాగో ఆతాషా నవ్లీ.
నా గో ఝురోఖా హేత్, జెత్ దునియాన్ డెహ్లీ.
గహ్లోత్ రానా జితి గయో, దశన్ ముండ్ రష్నన్ దాసి.
నిషాస్ ముక్ భరియా నయన్, మృత్ షా ప్రతాప్ సికి

(మార్వాడీ భాషలో ఈ పద్యం యొక్క అర్థం - తన గుర్రాలను రాజ సైన్యంలోకి పంపడం ద్వారా వాటిపై ఎప్పుడూ మచ్చ వేయనివాడు (రాచరిక సైన్యంలో, గుర్రాలకు మచ్చతో గుర్తు పెట్టబడింది), మునుపెన్నడూ తన తలపాగాను పెట్టుకోనివాడు ఎవరైనా, ఎప్పుడూ తన శత్రువుల గురించి సరదాగా పద్యాలు పాడేవాడు, తన ఎడమ భుజంపై మొత్తం భారతదేశ భారాన్ని మోయగలిగినవాడు, నరౌజ్‌కు వెళ్లనివాడు, రాజ శిబిరాలకు వెళ్లనివాడు మరియు అక్బర్ అతని బాల్కనీ ప్రపంచం మొత్తంలో ప్రసిద్ధి చెందింది, అతను దాని కిందకు కూడా రాలేదు.ఇలాంటి గెహ్లాట్ (మహారాణా ప్రతాప్) అతని మరణానికి విజయం సాధించాడు.అందుకే అక్బర్ చక్రవర్తి కళ్ళలో కూడా నీళ్ళు ఉన్నాయి, అతను ఆశ్చర్యంతో తన నాలుకను కొరికాడు. ఓహ్, ప్రతాప్! ఇది కారణంగా జరిగింది మీ మరణం.)

ఈ చప్పన్ విన్న అక్బర్ చరణ్‌తో, "మీరు నా భావాలను చాలా బాగా వ్యక్తం చేసారు." చరణ్‌కి బహుమతులు కూడా ఇచ్చాడు శత్రువులు కూడా అతనిని పొగడడం ఎవరి గొప్పతనానికి ఇంతకంటే నిదర్శనం. మహారాణా ప్రతాప్ మరణంతో, మేవార్ మాత్రమే

కాదు, భారతదేశ చరిత్రలో ఒక అద్భుతమైన అధ్యాయం పూర్తయింది. డా. గోపీనాథ్ శర్మ ఈ క్రింది మాటలు ప్రస్తావించదగినవి –

"ప్రతాప్ మరణంతో, ఒక పూర్తి శకం ముగిసింది. రాజపుత్ర రాజకీయ రంగానికి, సమర్థుడు మరియు మాంత్రికుడు దూరమయ్యాడు. తన రాజకీయ దూరదృష్టితో, అతను తన పొరుగు రాష్ట్రాలతో స్నేహపూర్వక సంబంధాలను ఏర్పరచుకున్నాడు మరియు తెలివితో ప్రజల దృష్టిని మరల్చాడు. మేవార్ నుండి మరియు ఈ రాష్ట్రాలకు మొఘలులు.ఈ ప్రణాళిక విజయవంతమైంది మరియు మేవార్ విభజించబడిన సైన్యాన్ని ఎదుర్కోవలసి వచ్చింది, అది రాజస్థాన్‌కు వ్యతిరేకంగా పంపబడింది.ఆదర్శవాది కావడంతో, అతను తన విధిని ధైర్యంతో భరించాడు. ధైర్యం మరియు విజయంతో, అతను తన సైనికులకు వారి పని పట్ల అంకితభావంతో పాఠం నేర్పాడు, తన పౌరులకు ఆదర్శంగా ఉండటానికి ప్రేరణనిచ్చాడు మరియు శత్రువులను గౌరవించడం నేర్పించాడు."

హల్దీఘాటి యుద్ధంలో ఓటమి తర్వాత మహారాణా ప్రతాప్ ఎప్పుడూ మొఘలులతో పోరాడుతూనే ఉంటాడని, మేవార్ గెలిచిన తర్వాత 1597 జనవరిలో చావంద్‌లో మరణించాడని చరిత్రకారులందరూ సమర్థించినప్పటికీ, శ్రీ రాజేంద్ర బీరా రాసిన 'మహారాణా ప్రతాప్' పుస్తకంలో హల్దీఘాటి యుద్ధంలో గాయపడిన వెంటనే మహారాణా మరణించాడని నిరూపించడానికి ప్రయత్నించాడు. తన అభిప్రాయాన్ని వ్యక్తం చేసిన ఈ పుస్తకంలోని కొన్ని సారాంశాలు క్రింద ఇవ్వబడ్డాయి –

"హల్దీఘాటి యుద్ధం (దీన్ని ఖమ్నోర్ యుద్ధం అని పిలవడం మరింత సముచితంగా ఉంటుంది) లేదా మహారాణా గురించి ఖచ్చితంగా చెప్పలేము. చరిత్ర విద్యార్థికి, బహుశా మహారాణా మరణించిన వెంటనే మరణించినట్లు అనిపిస్తుంది. హల్దీఘాటి యుద్ధం. అతను అప్పటికే చనిపోయినప్పుడు పీటల్ మరియు మాన్‌సింగ్ జీవించి ఉన్నాడని కథను ప్రచారం చేసి ఉండవచ్చు." మొఘలులు అనేక ప్రచారాలు చేసినప్పటికీ, మహారాణాను పట్టుకోలేకపోయారు. దీనిపై తన సందేహాలను వ్యక్తం చేస్తూ..

శ్రీ బీరా రాశారు –

"అక్బర్ ఎన్ని ప్రయత్నాలు చేసినప్పటికీ, ప్రతాప్‌ను కనుగొనలేకపోవడం చరిత్ర విద్యార్థి మనస్సులలో ఒక సందేహాన్ని కలిగిస్తుంది, బహుశా హల్దీఘాటి యుద్ధంలో అతను పొందిన గాయాల కారణంగా మహారాణా ప్రతాప్ అప్పటికే మరణించి ఉండవచ్చు."

సూరి బీరా సందేహాలు నిజమే కావచ్చు, కానీ మొఘలులు ప్రతాప్‌ను పట్టుకోలేకపోయిన కారణంగా, ఆ సమయంలో ప్రతాప్ జీవించి లేడని నిరూపించలేము. మొఘలులు ప్రతాప్‌ను లేదా అతని సామంతులు లేదా అమర్‌సింగ్‌ను పట్టుకోలేకపోయారు. అంటే ఆ సమయంలో వారెవరూ జీవించి లేరని కాదు.

వర్ణించిన ప్రతాప్ పోరాటాలన్నీ అమర్‌సింగ్ నేతృత్వంలోనే సాగాయని, ప్రతాప్ కాదని శ్రీ బీర అభిప్రాయపడ్డారు. మాన్‌సింగ్ మరియు అమర్‌సింగ్ తమ స్వంత ప్రయోజనాల కోసం ప్రతాప్ జీవించి ఉన్న కథను రూపొందించారని కూడా అతను అభిప్రాయపడ్డాడు: "మహారాణా ప్రతాప్ మృతదేహం కనుగొనబడలేదు మరియు హల్దీఘాటీ యుద్ధం తర్వాత మాన్సింగ్ రాణాను వెంబడించడం లేదు- ఈ రెండు విషయాలు ప్రతాప్ యొక్క దెయ్యాన్ని 20 సంవత్సరాలపాటు సజీవంగా ఉంచాయి. ఈ విషయంలో, అదే విధంగా చేయలేకపోవటం గురించి చెప్పడం సరికాదు. బీర్బల్ మృతదేహాన్ని కనుగొనండి, అక్బర్ కాలంలో చాలా మంది బీర్బల్‌లు సృష్టించబడ్డారు." ఏది ఏమైనా మహారాణా ప్రతాప్ హల్దీఘాటి యుద్ధం జరిగిన వెంటనే చనిపోయాడని రుజువు కానంత వరకు, అతను 1597లో మరణించాడనే నమ్మకం ఉంది.

మహారాణా ప్రతాప్ కొడుకులు

మహారాణా ప్రతాప్‌కు పదకొండు మంది రాణులు ఉన్నారు, వారికి 17 మంది కుమారులు ఉన్నారు. అతని భార్యలు మరియు కుమారుల జాబితా క్రింద ఇవ్వబడింది-

రాణులు	వీరి నుండి కుమారులు రాణులు
1. మహారాణి అజ్బదే పున్వర్	అమర్‌సింగ్ మరియు భగవాన్‌దాస్
2. మహారాణి సోలంఖినీపూర్ బాయి	సాహ్సా మరియు గోపాల్
3. మహారాణి చంపాబాయి ఝాలి	కద్రా, సన్వాల్దాస్ మరియు దుర్జన్‌సింగ్
4. మహారాణి జసోబాయి చౌహాన్ దుర్జన్‌సింగ్	కళ్యాణదాస్
5. మహారాణి ఫూల్బాయి రాథోడ్	చందా మరియు షేఖా
6. మహారాణి షహమతీబాయి	మందిరము
7. మహారాణి ఖిచార్ అశాబాయి	హాతీ మరియు రాంసింగ్
8. మహారాణి అలమ్దేబాయి చౌహాన్	జస్వంత్‌సింగ్
9. మహారాణి రతనావతీబాయి పర్మార్	నేల మీద
10. మహారాణి అమరబాయి రాథోడ్	నాథ
II. మహారాణి లఖాబాయి రాథోడ్	రైభానా

ఈ జాబితా వీర వినోద్ నుండి ఇవ్వబడింది. ఈ రాణుల పేర్లకు వ్యతిరేకంగా పేర్కొన్న కులాలు బహుశా వారి తండ్రుల కులాలను సూచిస్తాయి. మహారాణా ప్రతాప్‌కు కుమార్తె లేదని చరిత్రకారులు భావిస్తున్నారు.

ఈ విధంగా, ఒక యుగ సృష్టికర్త, ఒక యుగపు మనిషి, మహారాణా ప్రతాప్ ఎప్పుడూ మొఘలులకు వ్యతిరేకంగా పోరాటం కొనసాగించాడు. ఈ పోరాటంలో, అతను తనను తాను విశ్రాంతి తీసుకోలేదు లేదా తన శత్రువును విశ్రాంతి తీసుకోలేదు. అక్బర్ యొక్క భారీ సామ్రాజ్యం యొక్క బలం ముందు కూడా, అతని సంకల్పం చలించలేదు. అంతిమంగా, అతను తన పోరాటంలో విజయం సాధించాడు. అతని విజయం తరువాత,

అతను మేవార్ యొక్క అన్ని సమస్యలను పరిష్కరించాడు. నూతన రాజధాని చావంద్ నిర్మాణం ఆయన కళాభిమానానికి నిదర్శనం. అతి తక్కువ సమయంలో మృత్యువు అతన్ని మేవార్ నుండి లాక్కుంది. అతని మంచి లక్షణాలకు పొంగిపోయి, శత్రువులు కూడా ఆయనను మెచ్చుకున్నారు.

ఏడవ అధ్యాయం

మూల్యాంకనం

మహారాణా ప్రతాప్ పేరుతో, దేశభక్తుడు, స్వాతంత్ర్య ఆరాధకుడు, ధైర్య కాంతితో నిండిన, పొడవాటి మీసాలు మరియు చేతిలో ఈటెతో, గుర్రంపై కూర్చున్న చిత్రం మన కళ్ల ముందు వస్తుంది. ప్రతి ఒక్క భారతీయుడు అతన్ని గౌరవానికి అర్హుడు మరియు మాతృభూమి స్వాతంత్ర్యం కోసం పోరాటానికి చిహ్నంగా భావిస్తాడు. అంతే కాకుండా సమర్థుడైన పాలకుడు, ఆదర్శ నిర్వాహకుడు, తెలివైన రాజకీయ నాయకుడి లక్షణాలు ఆయన పాత్రలో ఉన్నాయి. అతని లక్షణాల గురించి క్లుప్త వివరణ ఇక్కడ ఇవ్వబడింది:

గొప్ప స్వాతంత్ర్య ప్రేమికుడు

స్వాతంత్ర్యం లేకపోతే, అన్ని సుఖాలు అర్థరహితం, మరియు స్వాతంత్ర్యం ఉంటే అడవిలో జీవితం కూడా సంతృప్తికరంగా ఉంటుంది - ఇది ప్రతాప్ జీవిత ప్రాథమిక సూత్రం. దీన్ని దృష్టిలో ఉంచుకుని, అతను తన జీవితమంతా పోరాడుతూనే ఉన్నాడు. ఆనాటి హిందూ రాజులందరూ తమ కిరీటాలను మొఘల్ రాజు అక్బర్ పాదాల చెంత ఉంచారు, దానికి ప్రతిఫలంగా వారు జీవితంలోని అన్ని సౌకర్యాలను మరియు మొఘల్ చక్రవర్తి ఆస్థానంలో పెద్ద పదవులను పొందారు. ప్రతాప్ కోరుకుంటే, అతను కూడా ప్రశాంతమైన జీవితాన్ని గడపవచ్చు, కానీ అతను అలా చేయలేదు. ఇలా చేసి ఉంటే ఈరోజు ప్రతాప్ ప్రతాప్ గా మిగిలి ఉండేవాడు కాదు. మొఘల్ పాలనలో తమ జీవితాలను నడిపించిన ఇతర రాజుల వలె అతను కూడా మరచిపోయేవాడు భారతీయ సంస్కృతిని, తన స్వాతంత్ర్యాన్ని కాపాడుకోవడం కోసం అడవిలో నివసించడానికే ప్రాధాన్యత ఇచ్చాడు కానీ ఢిల్లీ కోర్టుకు వెళ్లాలని ఎప్పుడూ అనుకోలేదు. అతని ఈ గుణానికి తన అభిమానాన్ని వ్యక్తం చేస్తూ, డాక్టర్ రఘువీర్ సింగ్ ఇలా వ్రాశారు –

"భారతదేశ రాజకీయ, మత మరియు సాంస్కృతిక ఐక్యత కోసం ప్రయత్నించిన అక్బర్ చక్రవర్తి బదులుగా, భారత స్వాతంత్ర్య సమరయోధులకు ఆదర్శంగా నిలిచిన తన చిన్న రాజ్యమైన మేవార్ స్వాతంత్ర్యం కోసం పోరాడిన ప్రతాప్."

ప్రతాప్ తన స్వాతంత్ర్యాన్ని కాపాడుకోవడానికి కఠినమైన పోరాట మార్గాన్ని అవలంబించవలసి వచ్చింది. ఒక చోటి నుంచి ఇంకో చోటికి పరుగెత్తడం, అవకాశం దొరికినప్పుడల్లా శత్రువుపై దాడి చేయడం అతడికి ప్రాణంగా మారింది. అతను ఈ పోరాటాన్ని మేవార్ ప్రజల పోరాటంగా మార్చడంలో విజయం సాధించాడు మరియు ఈ పోరాటంలో తన పౌరుల పూర్తి మరియు క్రియాశీల మద్దతును పొందాడు. మొఘలుల కుయుక్తులు, వ్యూహాలన్నీ పనికిరాకుండా పోయాయి. మేవార్కు చెందిన ఏ వ్యక్తి అయినా అతనికి ద్రోహం చేసినట్లు చూపించే ఉదాహరణ ఎక్కడా లేదు.

అతని ఈ పోరాటంతో, అతను మొఘల్ సామ్రాజ్యాన్ని ప్రజల సంఖ్య మరియు సంపద అంతా కాదని భావించేలా చేశాడు. ఒక వ్యక్తి యొక్క సంకల్ప శక్తి ఎక్కువగా ఉంటే, అతను ఎటువంటి సమస్యను ఎదుర్కొని తన స్వతంత్రతను సురక్షితంగా ఉంచుకోగలడు. ప్రతాప్ స్వాతంత్ర్యం కోసం గొప్ప ఆరాధకుడు, అతను స్వాతంత్ర్యం కోసం జీవించాడు మరియు మరణించే వరకు స్వతంత్రంగా ఉన్నాడు. అతను మొఘలులతో యుద్ధంలో ఓడిపోయినప్పటికీ, అతను దీనిని తన ఓటమిగా భావించలేదు. ఈ ఓటమిని అంగీకరించి ఉంటే పోరాట బాట నుంచి తప్పుకున్నట్టే. కాబట్టి, అతను హల్దీఘాటి యుద్ధంలో లేదా మరేదైనా యుద్ధంలో ఓడిపోయినట్లు భావించడం సరైనది కాదు.

సమర్థుడైన నిర్వాహకుడు

సమర్థుడైన ఆర్గనైజర్‌గా ఉండటం కూడా ప్రతాప్‌లో ఒక ముఖ్యమైన గుణం. అతని జీవితంలో ఎక్కువ భాగం అడవులు మరియు పర్వత శ్రేణులలో గడిపాడు. అడవుల లోయలు, గుహలు అతనికి రాజభవనాలు. అతని విశిష్టమైన సంస్థాగత నైపుణ్యాల కారణంగానే అడవిలో నివసించే భీల్స్ కూడా అతనికి మద్దతు ఇచ్చింది మరియు

117

స్వాతంత్ర్యం కోసం అతని పోరాటంలో గొప్ప కృషి చేసింది. ఈ అడవుల నివాసులకు పర్వత గుహల గురించి బాగా తెలుసు. బహుశా భీల్స్ సపోర్ట్ లేకుంటే ఈ విజయం అందుకోలేక పోయేదేమో. ఏది ఏమైనప్పటికీ, అతను భీలను సేకరించి, వారి నుండి పూర్తి ప్రయోజనం పొందాడు అనేది నిజం. ఈ భీలు అతనికి గూఢచారులుగా, సైనికులుగా, కాపలాదారులుగా కూడా పని చేసేవారు.

దీనితో పాటు, మొఘలులతో తన పోరాట సమయంలో, ప్రతాప్ ఎల్లప్పుడూ తన పొరుగు రాష్ట్రాలతో స్నేహపూర్వక సంబంధాలను కలిగి ఉండటానికి ప్రయత్నించాడు. ఇందులోనూ విజయం సాధించాడు. శ్రీ రాజేంద్ర శంకర్ తన సంస్థాగత సామర్థ్యం గురించి ఇలా వ్రాశారు –

"మొఘల్ చక్రవర్తి అక్బర్‌ను ఎదిరించడానికి ప్రతాప్ ప్రజలను సేకరించాడు మరియు దానితో పాటు, అతను సమీప రాష్ట్రాల రాజులతో సంబంధాలు ఏర్పరచుకున్నాడు, తద్వారా వారు కూడా ఈ స్వాతంత్ర్య పోరాటంలో తమ ప్రాణాలను త్యాగం చేయడానికి సిద్ధంగా ఉంటారు. ఇందులో హిందూ లేదా ముస్లిం.. ఈ యుద్ధం హిందూ, ఇస్లాం మతాల మధ్య కాదు.. ఇది సామ్రాజ్యవాదానికి, స్వాతంత్ర్యానికి మధ్య జరిగిన యుద్ధం.. ప్రతాప్ మద్దతుదారులలో ముస్లిం పాలకులు కూడా ఉన్నారనే విషయం ఇది స్పష్టమవుతుంది. అక్బర్ దాడుల వల్ల ఏదైనా స్నేహం విచ్ఛిన్నమైతే, అప్పుడు రానా మరొకరితో స్నేహం చేసేవాడు.ఒకప్పుడు ప్రతాప్‌కి స్నేహితుడైన వ్యక్తి అక్బర్ క్యాంప్‌కు వెళ్లిన తర్వాత కూడా ప్రతాప్ వద్దకు తిరిగి వస్తాడు."

ప్రతాప్ యుద్ధ వ్యూహం

సాధారణంగా ప్రజలు హల్దీఘాటి యుద్ధంలో ఓటమికి మహారాణా యొక్క యుద్ధ వ్యూహాన్ని విమర్శిస్తారు మరియు దానిలో తప్పులను కనుగొంటారు. దీనిని పూర్తి సత్యం అనలేము. ఈ యుద్ధం తర్వాత, ప్రతాప్ గెరిల్లా యుద్ధ వ్యూహాన్ని అవలంబించాడు, అది చివరికి అతని విజయానికి కారణమైంది. ఈ వ్యూహాన్ని

ఉపయోగించి, అతను దశాబ్దానికి పైగా అక్బర్ వంటి బలమైన శత్రువును ఎదుర్కొన్నాడు. ఈ వాస్తవాన్ని సూచిస్తూ, డాక్టర్ గోపీనాథ్ శర్మ ఇలా వ్రాశారు- "హల్దీఘాటిలో జరిగిన ఓటమిని మహారాణా ఎప్పుడూ భావించలేదు ఓటమిగా, బదులుగా అతను పర్వతాలలో జీవితం యొక్క కొత్త అధ్యాయాన్ని ప్రారంభించాడు మరియు దీని తర్వాత కొత్త యుద్ధ వ్యూహాన్ని ప్రారంభించాడు. మొఘల్ సైన్యాన్ని గోగుండాలో ఆపడం ఈ కొత్త యుద్ధ వ్యూహంలో ఒక భాగం. ప్రతాప్ గెరిల్లా యుద్ధం మొఘల్ సైన్యాన్ని ఓడించిందనడానికి ఈ వ్యూహం నిదర్శనం. కుంభాల్ఘర్లోని సహారా వరకు మరియు గోర్వార్ నుండి ఆసింద్ మరియు బైంస్రోగడ్ వరకు ఉన్న పర్వత ప్రాంతాల ప్రవేశ ద్వారం కాపలాగా భీల్స్ నాయకులను నియమించాడు. వారు మేవార్‌ను పగలు మరియు రాత్రి కాపలాగా ఉంచుతారు మరియు శత్రువులు ఎక్కడి నుండి ప్రవేశించకుండా చూసేవారు. ఈ భీల్స్ బృందాలతో పాటు ఇతర సైనికులు కూడా ఉన్నారు, వీరు మొఘలులను మేవార్‌లోకి ప్రవేశించకుండా అడ్డుకున్నారు. ఈ మొత్తం వ్యూహాన్ని విజయవంతం చేయడానికి, మహారాణా తన ప్రశాంతమైన జీవితాన్ని త్యాగం చేయాల్సి వచ్చింది. అతను తన కుటుంబంతో కలిసి పర్వత గుహలు మరియు అడవులలో తిరుగుతూ ఉండేవాడు. ఈ జీవనశైలిలోని కష్టాలను తన జీవితంలో భాగం చేసుకున్నాడు. కొన్నిసార్లు అతను ఒక పర్వత ప్రాంతంలో, కొన్నిసార్లు మరొక ప్రాంతంలో ఉండేవాడు. ఈ వ్యూహంలో, పెద్ద యుద్ధాల పోరాటానికి ఎటువంటి ప్రాముఖ్యత ఇవ్వబడలేదు. దీని ఫలితం ఏమిటంటే, మైదానంలో పోరాడటానికి అలవాటుపడిన మొఘలులు ఈ వ్యూహానికి వ్యతిరేకంగా విజయవంతంగా పోరాడలేకపోయారు.

వారి యుద్ధ వ్యూహంలో, శత్రువును నేరుగా ఎదుర్కోవడం సరైనది కాదు, శత్రువు రవాణా మార్గాన్ని అడ్డుకోవడం, శత్రువుపై దొంగచాటుగా దాడి చేయడం మరియు పారిపోవడం మొదలైనవి,- ఈ వ్యూహాలను అనుసరించారు. ఖచ్చితంగా, ఈ వ్యూహాన్ని అనుసరించడం ప్రతాప్ యొక్క విప్లవాత్మక నిర్ణయం; లేకుంటే ఓటమి

ఖాయమైతే చివరి వరకు పోరాడుతూ ప్రాణాలర్పించడం రాజపుత్రుల సంప్రదాయం. ప్రతాప్ ఈ స్వీయ-విధ్వంసక వ్యూహాన్ని విస్మరించాడు మరియు సమర్థవంతమైన యుద్ధ ప్రణాళికకు రుజువు ఇచ్చాడు.

ఆదర్శ పాలకుడు

మహారాణా ప్రతాప్‌కు ఆదర్శవంతమైన పాలకుడి లక్షణాలన్నీ ఉన్నాయి. తన దేశ స్వాతంత్ర్యాన్ని పరిరక్షించడం పాలకుని అత్యంత ప్రధానమైన మరియు స్వచ్ఛమైన పని. ఈ పనికి ప్రతాప్‌ను మించిన సమర్థుడు మరొకరు ఉండరు. రక్షణ కోసం తన రాష్ట్రం, పొరుగు రాష్ట్రాలతో స్నేహపూర్వక సంబంధాలను ఏర్పరచుకోవడం మరియు వారిని తన వైపు ఉంచుకోవడం కూడా ఏ పాలకుల సామర్థ్యంలో అంతర్భాగం. ప్రతికూల పరిస్థితుల్లోనూ ప్రతాప్ దీన్ని చేయడానికి ఎల్లప్పుడూ కృషి చేశాడనడానికి చరిత్ర సాక్షి. మొఘల్‌లతో పోరాడుతున్న సమయంలో అతను తన పొరుగు రాష్ట్రాలైన ఈదార్, సిరోహి మొదలైన వారితో కూడా దౌత్య సంబంధాలను కొనసాగించాడు. ఈదరకు చెందిన నారాయణదాస్ మొఘల్ చక్రవర్తికి స్నేహితుడు అయ్యాడు. ప్రతాప్ అతనిని తన వైపుకు తీసుకొచ్చాడు. ప్రతాప్ ప్రేరణతో, అతను శక్తివంతమైన మొఘల్ సామ్రాజ్యానికి వ్యతిరేకంగా తిరుగుబాటు చేశాడు. అతను సిరోహికి చెందిన రావు సుర్తన్‌ని తన వైపుకు తీసుకువచ్చాడు మరియు అతనికి కూడా సహాయం చేయమని పిలిచాడు. జోధ్‌పూర్‌కు చెందిన రావ్ చంద్రసేన్‌ను తన వైపుకు తీసుకురావడం కూడా రానా రాజకీయ చతురతకు నిదర్శనంగా చెప్పవచ్చు. ఇదే చంద్రసేన్ నాదౌల్‌లో మొఘల్ చక్రవర్తిపై తిరుగుబాటు చేశాడు. దీనివెనుక ప్రతాప్ స్ఫూర్తి అని స్పష్టమవుతోంది.

మేవార్ స్వాతంత్ర్యం తరువాత, ప్రతాప్ వ్యక్తిత్వం యొక్క కొత్త కోణం మన ముందుకు వస్తుంది. సుదీర్ఘ పోరాటం తర్వాత మేవార్ స్వాతంత్ర్యం పొందింది. ఈ సుదీర్ఘ పోరాటం కారణంగా, మేవార్ అస్తవ్యస్తంగా మరియు నిర్జనమైపోయింది. కాబట్టి, ప్రతాప్ ఈ సమస్యల పరిష్కారంపై తన దృష్టిని కేంద్రీకరించాడు. అతను చావంద్‌ను తన కొత్త రాజధానిగా చేసుకున్నాడు, అక్కడ అతనికి అందమైన ఇళ్లు నిర్మించబడ్డాయి. ఈ

గృహాల బలం అద్భుతమైనది. ఈ ఇళ్ల నిర్మాణ శైలిలో రాణా కుంభ, ఉదయసింగ్ శైలి స్పష్టంగా కనిపించింది. వీటిలో యుద్ధ కాలం నాటి ఉగ్రత స్పష్టంగా కనిపిస్తుంది. మొత్తం నిర్మాణంలో ఆకారాన్ని, రూపాన్ని, ఆనాటి అవసరాన్ని దృష్టిలో పెట్టుకున్నారు. వీటి శిథిలాలు ఇప్పుడు కూడా నిపుణులైన వాస్తుశిల్పం గురించి చెబుతాయి. శ్రీ గోపీనాథ్ శర్మ తన 'మేవార్ మొఘల్ సంబంధ్'

పుస్తకంలో రాశారు-

"చావంద్ వైభవం ఈ శిథిలాలలో స్పష్టంగా కనిపిస్తుంది- ఇందులో ఎటువంటి సందేహం లేదు. దీనితో పాటు లలిత కళలు, ఆర్థిక, వాణిజ్యం మరియు విజ్ఞానం కూడా అభివృద్ధి చెందింది. మహారాణా ప్రతాప్ మరియు అమర్‌సింగ్ కాలంలో సంస్కృత భాషకు ఇక్కడ చాలా ప్రోత్సాహం లభించింది, ఆ కాలంలోని కొన్ని పుస్తకాలను బట్టి తెలుస్తుంది.మేవార్ కళ అని చెప్పడంలో అతిశయోక్తి లేదు ఇక్కడ నుండి పుట్టింది. సిలావుద్దీన్ అనే ముస్లిం చిత్రకారుడు రూపొందించిన భగవత్ చిత్రాలను చూడవచ్చు. ఈ పెయింటింగ్స్‌లో, మేవార్ పెయింటింగ్ శైలికి ఒక అందమైన ఉదాహరణ కనిపిస్తుంది. వీటిలో మానసిక స్థితిని చిత్రీకరించడంతో పాటు ప్రకృతిని కూడా చిత్రించారు. రంగులలో సరళత మరియు లోతు ఉన్నాయి. మేవార్ కళ చావంద్ నుండి ఉద్భవించిందని ఈ చిత్రాలను బట్టి స్పష్టమవుతుంది."

పర్వతాలలో జీవితాన్ని స్వీకరించే సమయంలో, మహారాణా రాష్ట్రంలోని కొన్ని ప్రాంతాలను ఖాళీ చేయించారు. మొఘల్ దాడిదారులు ఈ ప్రదేశాలను ధ్వంసం చేశారు. మేవార్ స్వాతంత్ర్యం తరువాత, మహారాణా వాటిని మళ్లీ జనాభా చేయడం తన కర్తవ్యంగా భావించాడు. పిప్లి, ధోలన్, టికార్ మొదలైన గ్రామాలు మళ్లీ జనసంద్రమయ్యాయి. వాటిని మళ్లీ సాగు చేసేందుకు రైతులకు భూమిపై యాజమాన్య హక్కు కల్పించారు. పాత యజమానుల పత్రాలు ధ్వంసం చేయబడ్డాయి లేదా కాల్చబడ్డాయి, వారికి కొత్త పత్రాలు ఇవ్వబడ్డాయి. ఇది మేవార్ ఆర్థిక పరిస్థితికి కొత్త

జీవితాన్ని తీసుకొచ్చింది. రోజువారీ జీవితం, వాణిజ్యం, పరిశ్రమలు మరియు వ్యాపారం మొదలైనవి మళ్లీ మునుపటి స్థితికి వచ్చాయి.

రాజకీయ గురువు, విష్ణుగుప్త కౌటిల్య, సమర్థుడైన పాలకుడు క్రింది లక్షణాలను కలిగి ఉండాలని చెప్పాడు - నిరంతర కార్యాచరణ, సమస్యల సమయంలో ప్రశాంతత, మంచి స్వభావం, ధైర్యవంతులు మరియు పండితుల పట్ల గౌరవం. ఈ లక్షణాలన్నీ మహారాణా ప్రతాప్‌లో కనిపిస్తాయి. తన నిరంతర కార్యకలాపం వల్ల, ప్రతికూల పరిస్థితుల్లోనూ ప్రశాంతంగా ఉండడం వల్ల శత్రువులతో ఇంత కాలం పోరాడి చివరికి తన లక్ష్యాన్ని సాధించగలిగాడు. ప్రతాప్ జీవితాన్ని విశ్లేషిస్తే, అతని అద్భుతమైన జీవితంలో చీకటి మచ్చ వేసిన ఉదాహరణ ఎక్కడా కనిపించదు. ఈ గుణం అతని తండ్రీ కొడుకుల్లో కూడా లేదు. ఉదయసింగ్ అల్వార్ పాలకుడు హాజీ ఖాన్‌కు అతని చెడ్డ రోజులలో సహాయం చేశాడు మరియు ఈ సహాయానికి బదులుగా అతని యజమానురాలు అడగకుండా తప్పించుకోలేదు. సామంతులందరూ దీనిని వ్యతిరేకించినప్పటికీ, అతను హాజీ ఖాన్‌పై దాడి చేశాడు మరియు యుద్ధంలో ఓటమిని ఎదుర్కోవలసి వచ్చింది. అమర్‌సింగ్ తన లైంగిక ప్రేమకు కృతజ్ఞత లేని హద్దులు దాటాడు. భామాషా మరియు అతని సోదరుడు తారాచంద్ర మహారాణా కాలంలో నిస్వార్థంగా సేవ చేసారు మరియు సహాయం చేసారు ఇబ్బంది. మహారాణా ప్రతాప్ మరణం తరువాత, అమర్‌సింగ్ మేవార్ సింహాసనంపై కూర్చున్నాడు. ఆ సమయంలో తారాచంద్రుడు గోర్వార్ సామంతుడు. అతనికి ఒక అందమైన ఉంపుడుగత్తె ఖవాసన్ ఉంది. అమర్‌సింగ్ ఆమె అందం గురించి విని ఆమెను అడిగాడు, దానికి తారాచంద్ర నిరాకరించాడు. దీంతో కోపోద్రిక్తుడైన అమర్‌సింగ్ తారాచంద్రను ఉదయపూర్‌కు పిలిపించి హత్య చేశాడు.

దీనికి విరుద్ధంగా, మహారాణా ఒక ప్రకాశవంతమైన పాత్రను కలిగి ఉన్నాడు. తన ఇంద్రియాలను నియంత్రించే వ్యక్తి తన కోరికలన్నింటినీ నెరవేర్చుకోగలడు; ఈ బోధనను దృష్టిలో ఉంచుకుని, ప్రతాప్ ఎల్లప్పుడూ తన ఉన్నతమైన స్వభావానికి రుజువు ఇచ్చాడు. పాలకుడికి చెడ్డ స్వభావం ఉంటే, పౌరులు అతని ముందు బహిరంగంగా

నిరసన వ్యక్తం చేయకపోయినా, ఇది నెమ్మదిగా తిరుగుబాటుకు దారితీస్తుందని అతనికి బాగా తెలుసు. అమర్‌సింగ్ ఖాన్‌ఖానా ఇంటి స్త్రీలను బందీలుగా ఉంచాడు. ఈ వార్త తెలుసుకున్న మహారాణా అమర్‌సింగ్‌ను బందీలుగా ఉన్న స్త్రీలతో ఏ విధంగానూ అనుచితంగా ప్రవర్తించవద్దని మరియు వారిని పూర్తి గౌరవంతో వారి ఇంటి వద్ద వదిలివేయమని ఆదేశించాడు. ఈ ఉత్తర్వు ఇవ్వడం ద్వారా, మహారాణా తన ఉన్నతమైన స్వభావానికి సాక్ష్యం ఇచ్చాడు.

దేశం కోసం ప్రాణాలర్పించిన ధైర్యవంతులను గౌరవించడమంటే జాతిని గౌరవించడమే. ప్రతాప్ జీవితంలో ఎక్కువ భాగం పోరాటంలో గడిపినప్పటికీ, అతను తన వీర యోధులను గౌరవించే అవకాశాలు తక్కువగా ఉన్నప్పటికీ, మేవార్ స్వాతంత్ర్యంపై, అతను ఒక భారీ సమావేశాన్ని నిర్వహించాడు, దీనిలో మేవార్ స్వాతంత్ర్యం కోసం పోరాడిన వారు మరియు బలిదానం చేసిన వారి వారసులు ఉన్నారు. అనేక విధాలుగా సన్మానించారు.

ప్రతాప్ రాజకీయాల్లో మత ఛాందసవాదానికి చోటు లేదు. ప్రతాప్ మతం ఆధారంగా ఒకరితో వివక్ష చూపాడని చెప్పడానికి ఎటువంటి ఉదాహరణ లేదు. నిజానికి, మొఘలులకు వ్యతిరేకంగా అతను చేసిన పోరాటం తన సార్వభౌమత్వాన్ని కాపాడుకోవడం కోసమే. ఈ పోరాటాన్ని హిందూ, ముస్లిం మతాల పోరాటం అనలేం. ఎంత విచిత్రం ఏమిటంటే, హల్దీఘాటి యుద్ధంలో, మొఘల్ పక్షానికి చెందిన కమాండర్ హిందువు (రాజ్‌పుత్), మాన్‌సింగ్, మరియు మేవార్‌లోని హరవాల్ గ్రూపు కమాండర్ హకీం ఖాన్ సుర్, ముస్లిం. నిజానికి ఇది సూత్రాల యుద్ధం. ఒకదానిపై మొఘల్ సామ్రాజ్యవాదం యొక్క అహంకారం మరియు మరొక వైపు, మొఘల్ సామ్రాజ్యాన్ని సవాలు చేస్తున్న మేవార్ రాష్ట్రం యొక్క రక్షణ భావన ఉంది.

ఈ చారిత్రక సత్యాన్ని స్పష్టం చేస్తూ డాక్టర్ రాంప్రసాద్ త్రిపాఠి తన పుస్తకం (రైజ్ అండ్ ఫాల్ ఆఫ్ మొఘుల్స్)లో రాశారు –

"చాలామంది రచయితలు రాణా ప్రతాప్ యొక్క ధైర్యసాహసాలు, దేశభక్తి, బాధలను భరించే సామర్థ్యం మరియు త్యాగం గురించి వాస్తవాలకు చాలా దూరంగా ఉన్న వాస్తవాలను కవర్ చేయడానికి ప్రయత్నించారు. అబుల్ ఫజల్ మరియు కొంతమంది ఫార్సీ రచయితలు మహారాణాను ధిక్కరించారు, మరికొందరు అక్బర్ మరియు మాన్ సింగ్‌లను విమర్శించారు. ఇది హిందూ, ముస్లింల ప్రశ్న కాదు.. హిందూ, ముస్లిం మతాల పోరాటం కూడా కాదు.. ఇది మొఘల్ సామ్రాజ్యవాదానికి, మేవార్‌కు మధ్య జరిగిన పోరాటం మాత్రమే.. అలా కాకపోతే ప్రతాప్‌కి నాయకత్వం వహించేవాడు కాదు. అతని సైన్యం హకీం ఖాన్ సుర్‌కి మరియు అక్బర్ తన మొత్తం సైన్యానికి నాయకత్వాన్ని మాన్‌సింగ్‌కు ఇవ్వలేదు. మాల్వాకు చెందిన బజ్‌బహదూర్, గుజరాత్‌కు చెందిన ముజఫర్, బెంగాల్‌కు చెందిన దావూద్, సింద్‌కు చెందిన మీర్జా జానీబేగ్ మరియు యూసుఫ్‌ను ఓడించడానికి అక్బర్‌ని ప్రేరేపించిన భావోద్వేగం. కాశ్మీర్, మేవార్‌కు వ్యతిరేకంగా కూడా పోరాడటానికి అతనిని ప్రేరేపించింది.మేవార్ పాలకుడు ముస్లిం అయి ఉంటే, అక్బర్ కూడా ఇలా చేసి ఉండేవాడు.మేవార్‌పై దాడికి రాజకీయం తప్ప మరేదైనా ఆధారాలు లేవు. సామ్రాజ్యవాదం సరైనది కాదా అని మనం భావించినా, హిందువులు మరియు ముస్లింలు ఇద్దరూ ఎంతగానో అనుబంధించారనే వాస్తవాన్ని మనం తిరస్కరించలేము. ఐరోపావాసుల వలె దీనికి ప్రాముఖ్యత ఉంది."

డా. ధీరేంద్రస్వరూప్ భట్నాగర్ ఈ అంశాన్ని మరింత స్పష్టంగా చెప్పడానికి వ్రాసారు – "ప్రతాప్ వ్యూహంలో సంకుచితత్వం లేదు. అతని యుద్ధం సూత్రాల యుద్ధం. అతనికి ఇస్లాంతో శత్రుత్వం లేదు. హల్దీఘాటి యుద్ధంలో అతని సైన్యంలో సగం మంది హకీం ఖాన్ సుర్ ఆఫ్ఘన్ నేతృత్వంలోని హరవాల్‌పై విజయవంతంగా దాడి చేశాడు. మొఘల్ సైన్యం, మరియు దీని తర్వాత కూడా జలోర్ యొక్క తాజ్ ఖాన్ అతనికి మద్దతు ఇచ్చాడు. అతని మొఘల్ వ్యతిరేక విధానం మంచి మరియు నిర్భయ ప్రజలు ఎల్లప్పుడూ అత్యంత ముఖ్యమైన హక్కుల కోసం భావించేవారు. ప్రతాప్ వ్యూహం కారణంగా కాదు. రాజ్‌పుతానాలో మాత్రమే, కానీ మొత్తం దేశంలో మేవార్ గౌరవం

పెరిగింది, మరియు మొఘలులు కూడా మేవార్‌ను గౌరవంగా చూడటం ప్రారంభించారు."

మహారాణా మరియు అక్బర్ ఇద్దరూ రాజకీయాల్లోకి మతం జోక్యం సరికాదని భావించేవారు, కానీ వారి ప్రతిష్ట వారిని పోరాటానికి ప్రేరేపించింది. వారు అలా చేయడం సముచితమా కాదా అనేది చర్చనీయాంశమైంది.

వివిధ పండితుల దృష్టిలో ప్రతాప్

మహారాణా ప్రతాప్ చరిత్రలో నిలిచిన వీరుడు. అతని అనేక లక్షణాల కారణంగా, భారతీయులే కాదు, అనేక మంది పాశ్చాత్య రచయితలు మరియు కవులు అతని గురించి వ్రాసారు మరియు అతనిని తమ కవిత్వానికి అంశంగా మార్చారు. ప్రతాప్ గురించి కొంతమంది పండితుల అభిప్రాయాలు ఇక్కడ అందించబడ్డాయి –

ప్రముఖ చరిత్రకారుడు, డాక్టర్ గౌరీశంకర్ హీరాచంద్ ఓజా మహారాణా త్యాగం, దేశభక్తి మరియు ఇతర లక్షణాల పట్ల తనకున్న గౌరవాన్ని తెలియజేస్తూ రాశారు –

"ఉదయం స్మరించుకోవడానికి తగినవాడు, గొప్ప హిందూ నాయకుడు, ధైర్యవంతుడు, రాణా ప్రతాప్ పేరు రాజపుతానా చరిత్రలో అత్యంత ముఖ్యమైనది. అతను దేశభక్తుడు, స్వాతంత్ర్య ఆరాధకుడు, గొప్ప యోధుడు మరియు నిస్వార్థుడు, సూత్రప్రాయుడు, దృఢ సంకల్పం, నిజమైన ధైర్యవంతుడు, ఉదారమైన క్షత్రియుడు మరియు కవి. వప్పా రావల్ వంశస్థుడు ఎవరి ముందు తల వంచడని అతని ప్రతిజ్ఞ, అతనికి మరియు రాణా సంఘానికి మధ్య రాజు లేకుంటే చిత్తోరు ఎప్పటికీ వచ్చేది కాదు. మొఘలుల చేతులు.. చిత్తోర్ మరియు మైదానాలు మొత్తం ముస్లింల పాలనలో ఉన్న సమయంలో అతను మేవార్ సింహాసనంపై కూర్చున్నాడు.మేవార్ యొక్క అనేక మంది గొప్ప నాయకులు చంపబడ్డారు. అటువంటి పరిస్థితిలో, అక్బర్ చక్రవర్తి అతని తెలివితేటలు, సంపద మరియు అతనిని నాశనం చేయడానికి ప్రయత్నించే శక్తి, మహారాణా కోరుకుంటే, అతను కూడా అక్బర్ లొంగిపోవడాన్ని అంగీకరించి, తన రాజకుటుంబానికి చెందిన కుమార్తెను ఇచ్చి, సామ్రాజ్యవాద సామ్రాజ్యంలో గౌరవప్రదమైన హోదాలో సంతోషంగా

జీవించగలడు. స్వాతంత్ర్యం, దేశభక్తి మరియు అంకితభావం కలిగిన రాజపుత్రులు మరియు భీల్స్ సహాయంతో, స్వాతంత్ర్యాన్ని రక్షించడానికి సంకల్పించబడింది స్వాతంత్ర్య సమర యోధుడిగా, న్యాయానికి మద్దతుదారుగా మరియు నైతికతకు ఆదర్శంగా, అతని పేరు లక్షలాది ప్రజలకు పగటిపూట ఆశా మేఘం మరియు రాత్రి కాంతి స్తంభం."

ప్రతాప్ యొక్క ఈ పోరాటం సరికాదని చాలా మంది చరిత్రకారులు నిరూపించారు. వారి ప్రకారం, మహారాణా యొక్క ఈ పోరాటం కేవలం భావోద్వేగంతో కూడుకున్నది. రాజ్ పుత్ రాజులు మొఘల్ చక్రవర్తికి సహాయం చేస్తారని అప్పట్లో అంగీకరించారని కూడా వారు అభిప్రాయపడ్డారు. దీని గురించి తన బలమైన కారణాలను తెలియజేస్తూ, డాక్టర్ రాంప్రసాద్ త్రిపాఠి ఇలా వ్రాశారు −

"ప్రతాప్ యొక్క ధైర్యసాహసాలు, దృఢసంకల్పం మరియు అంతర్గత బలం పట్ల మనకు ఎంత గౌరవం ఉన్నా, అతను నిలబడి ఉన్న సూత్రం రాజపుతానాలోని ఇతర రాజులు ప్రేరేపించబడిన దాని నుండి పూర్తిగా భిన్నమైనదని మనం అంగీకరించాలి. అతను స్వాతంత్ర్యం కోసం పోరాటం కొనసాగించాడు. మేవార్ యొక్క మరియు సిసోడియా రాజవంశం యొక్క ఆధిపత్యం, కానీ ఇతర రాజులు సిసోడియా సామ్రాజ్యానికి అనుకూలంగా లేరు ఎందుకంటే వారికి మేవార్ విధానాల యొక్క వివిధ రాజుల గురించి సంతృప్తికరమైన అనుభవం లేదు. ఇతర రాజపుత్రులు మారారని నిరూపించడం వ్యర్థం పిరికివాళ్ళు మరియు చాలా బలహీనంగా ఉన్నారు, భౌతిక ఆనందం కారణంగా వారు తమ స్వాతంత్ర్యాన్ని విక్రయించడానికి సిద్ధంగా ఉన్నారు.అక్బర్కు వ్యతిరేకంగా, వారు తమ ఇంటి, స్వేచ్ఛకు సంబంధించి అక్బర్పై ఏదైనా సందేహం కలిగి ఉంటే, వారు మునుపటిలా రాణాతో భుజం భుజం కలిపి పోరాడేవారు. మతం మరియు భద్రత.అక్బర్ కొత్త సామ్రాజ్యం యొక్క ఆధిపత్యాన్ని అంగీకరించాలని మాత్రమే కోరుకున్నాడు, అంటే వారికి నాలుగు పనులు ఉన్నాయి.ఒకటి, రాజులు కేంద్ర పాలకులకు కొంత మొత్తాన్ని 'ఖిరాజ్'గా ఇస్తారు. రెండవది, వారు బాహ్య వ్యవహారాలు, యుద్ధం మరియు వారి

126

భద్రత యొక్క బాధ్యతను కేంద్ర పాలనకు అప్పగిస్తారు. మూడవది, అవసరం వచ్చినప్పుడు వారు సైనికులతో యుద్ధంలో కేంద్రానికి సహాయం చేస్తారు. నాల్గవది, వారు తమను తాము కేంద్ర పాలనలో అంతర్భాగంగా పరిగణిస్తారు మరియు ప్రత్యేక సంస్థగా పరిగణించరు. దీనికి ప్రతిగా, సామ్రాజ్యంలో అత్యున్నత పదవులు వారికి తెరవబడ్డాయి మరియు వారు వివిధ మతాలు లేదా కులాలకు చెందినవారైనా, ఒక వ్యక్తి తన పదవిని బట్టి గౌరవం పొందుతాడు. ఇది అవసరం ఈ విషయంలో అక్బర్ దాదాపు అన్ని మొఘల్ రాష్ట్రాలపై పూర్తి నియంత్రణను ఏర్పరచుకున్నాడు, అయితే అతను తన సామ్రాజ్యంలో ఏ పెద్ద హిందూ రాజ్యాన్ని విలీనం చేయలేదు; మరియు రాష్ట్రాలు మొఘల్ పాలనలో సభ్యత్వం పొందేందుకు అంగీకరిస్తే, అతను వారికి సాంస్కృతిక మరియు ఆర్థిక స్వాతంత్ర్యం మరియు వారి రాష్ట్ర అంతర్గత పాలన గురించి ఇచ్చిన వాగ్దానాన్ని వెనక్కి తీసుకోవడానికి ఎటువంటి కారణం ఉండదు. నిరంతర యుద్ధాలు మరియు గందరగోళాలతో అలసిపోయిన రాజపుత్ర రాజులు ఇప్పుడు కొత్త పాలనలో శాంతిభద్రతలు, శాంతిభద్రతలు మరియు శ్రేయస్సుతో జీవించాలని ఆశించవచ్చు. మేవార్ ఎన్నడూ ఇవ్వలేని సంపదను మొఘలుల పాలన వారికి ఇచ్చింది. రాజ్‌పుత్‌లు తమ యుద్ధ నైపుణ్యాలను మరియు పరిపాలనా నైపుణ్యాలను ఉపయోగించుకునే అవకాశం ఎప్పటికీ ఉండదని కూటమి విధానం ఎప్పుడూ లేదు. మొఘల్ చక్రవర్తి రాజ్‌పుత్‌లను వివాహ సంబంధాల కోసం బలవంతం చేశాడని కూడా కాదు, ఎందుకంటే చరణ్‌ల పాటలు తప్ప, రాజపుత్రులపై క్రూరత్వంతో విధించిన వివాహాలకు సంబంధించి ఒక విధానం ఉందని మనకు రుజువు లేదు. గుజరాత్, మాల్వా మరియు దక్షిణాది చరిత్రలో ఇటువంటి సంబంధాలకు చాలా ఉదాహరణలు ఉన్నాయి. ఈ సంబంధాల కోసం అక్బర్ ఏదైనా బలాన్ని ఉపయోగించాడనే దానికి లేదా ఈ వివాహ సంబంధాలపై రాజపుత్రులలో ఏదైనా తిరుగుబాటు జరిగినట్లు మనకు స్పష్టమైన రుజువు లేదు. రాజపుత్రులకు తమ కూతుర్ని ఇచ్చి వివాహం చేయాలనుకున్నా, చేయకున్నా పూర్తి స్వేచ్ఛ ఉండేది. ఈ విషయంలో అక్బర్ దాదాపు

అన్ని మొఘుల్ రాష్ట్రాలపై పూర్తి నియంత్రణను ఏర్పరచుకున్నాడు, అయితే అతను తన సామ్రాజ్యంలో ఏ పెద్ద హిందూ రాజ్యాన్ని విలీనం చేయలేదు; మరియు రాష్ట్రాలు మొఘుల్ పాలనలో సభ్యత్వం పొందేందుకు అంగీకరిస్తే, అతను వారికి సాంస్కృతిక మరియు ఆర్థిక స్వాతంత్ర్యం మరియు వారి రాష్ట్ర అంతర్గత పాలన గురించి ఇచ్చిన వాగ్దానాన్ని వెనక్కి తీసుకోవడానికి ఎటువంటి కారణం ఉండదు. నిరంతర యుద్ధాలు మరియు గందరగోళాలతో అలసిపోయిన రాజపుత్ర రాజులు ఇప్పుడు కొత్త పాలనలో శాంతిభద్రతలు, శాంతిభద్రతలు మరియు శ్రేయస్సుతో జీవించాలని ఆశించవచ్చు. మేవార్ ఎన్నడూ ఇవ్వలేని సంపదను మొఘులుల పాలన వారికి ఇచ్చింది. రాజ్‌పుత్‌లు తమ యుద్ధ నైపుణ్యాలను మరియు పరిపాలనా నైపుణ్యాలను ఉపయోగించుకునే అవకాశం ఎప్పటికీ ఉండదని కూటమి విధానం ఎప్పుడూ లేదు. మొఘుల్ చక్రవర్తి రాజ్‌పుత్‌లను వివాహ సంబంధాల కోసం బలవంతం చేశాడని కూడా కాదు, ఎందుకంటే చరణ్‌ల పాటలు తప్ప, రాజపుత్రలపై క్రూరత్వంతో విధించిన వివాహాలకు సంబంధించి ఒక విధానం ఉందని మనకు రుజువు లేదు. గుజరాత్, మాల్వా మరియు దక్షిణాది చరిత్రలో ఇటువంటి సంబంధాలకు చాలా ఉదాహరణలు ఉన్నాయి. ఈ సంబంధాల కోసం అక్బర్ ఏదైనా బలాన్ని ఉపయోగించాడనే దానికి లేదా ఈ వివాహ సంబంధాలపై రాజపుత్రులలో ఏదైనా తిరుగుబాటు జరిగినట్లు మనకు స్పష్టమైన రుజువు లేదు. రాజపుత్రులకు తమ కూతుర్ని ఇచ్చి వివాహం చేయాలనుకున్నా, చేయకున్నా పూర్తి స్వేచ్ఛ ఉండేది.

అతని ఈ వివరణలో, డాక్టర్ త్రిపాఠి ఇతర రాజపుత్ర రాజులను మొఘుల్ చక్రవర్తి పాలనను అంగీకరించినందుకు ప్రశంసించారు మరియు ఈ చర్య సముచితమని నిరూపించడానికి ప్రయత్నించారు. ఒక వైపు, అతను మహారాణా ప్రతాప్ యొక్క ఉద్దేశ్యం అని నమ్ముతాడు పోరాటం సిసోడియా రాజవంశం యొక్క ఆధిపత్యాన్ని స్థాపించడానికి మాత్రమే, మరియు మరోవైపు, అక్బర్ యొక్క సామ్రాజ్యవాదాన్ని మొఘుల్ కూటమి మరియు సామ్రాజ్యవాద కూటమిగా అభివర్ణించారు. ప్రతాప్

చర్యలను సిసోడియా రాజవంశం యొక్క ఆధిపత్యాన్ని స్థాపించడానికి ప్రయత్నిస్తున్నట్లు వర్ణించగలిగితే, అక్బర్ విధానాన్ని బాబర్ రాజవంశం యొక్క ఆధిపత్యాన్ని స్థాపించడానికి ప్రయత్నిస్తున్నట్లు అనలేరా? అక్బర్ ఉద్దేశం కూడా తన వంశ పాలనను స్థాపన చేయడమేనని, దీనికి సహకరించకపోతే భారతదేశ సమైక్యతకు విఘాతం అంటారని గణతంత్ర స్థాపన చేయకూడదన్న ఈ వాస్తవాన్ని డాక్టర్ త్రిపాఠి మరిచిపోయినట్లు కనిపిస్తోంది. అవును, అక్బర్ భారతదేశం మొత్తాన్ని ఏకం చేసి గణతంత్ర రాజ్యంగా మార్చినట్లయితే, ప్రతాప్ చర్యను అనుచితంగా పేర్కొనవచ్చు. అక్బర్ సెక్యులర్ రాజు అన్నది నిజమే, అయితే ఆయన వారసులు కూడా అదే విధానాన్ని అనుసరిస్తారని హామీ ఇవ్వగలరా? అతని వారసులు ఈ విధానానికి కట్టుబడి ఉన్నారా? అక్బర్ విధానాన్ని రాజపుత్ర పాలకులు (ఔరంగజేబు కాలంలో కూడా) అనుసరించారా? అణచివేతకు అంగీకరించే నాయకులకు వారి రాష్ట్ర పాలనలో పూర్తి స్వాతంత్ర్యం ఉన్నప్పటికీ మరియు యుద్ధాలలో తమ నైపుణ్యాలను ప్రదర్శించడానికి వారికి అవకాశం ఇచ్చినప్పటికీ, వారు అక్బర్‌తో సమానమని చెప్పగలరా? యుద్ధభూమిలో మీ నైపుణ్యాలను చూపించే అవకాశం అంతా ఉందా? ఈ యుద్ధాలలో విజయ ఫలాలను పోరాటం సిసోడియా రాజవంశం యొక్క ఆధిపత్యాన్ని స్థాపించడానికి మాత్రమే, మరియు మరోవైపు, అక్బర్ యొక్క సామ్రాజ్యవాదాన్ని మొఘల్ కూటమి మరియు సామ్రాజ్యవాద కూటమిగా అభివర్ణించారు. ప్రతాప్

చర్యలను సిసోడియా రాజవంశం యొక్క ఆధిపత్యాన్ని స్థాపించడానికి ప్రయత్నిస్తున్నట్లు వర్ణించగలిగితే, అక్బర్ విధానాన్ని బాబర్ రాజవంశం యొక్క ఆధిపత్యాన్ని స్థాపించడానికి ప్రయత్నిస్తున్నట్లు అనలేరా? అక్బర్ ఉద్దేశం కూడా తన వంశ పాలనను స్థాపన చేయడమేనని, దీనికి సహకరించకపోతే భారతదేశ సమైక్యతకు విఘాతం అంటారని గణతంత్ర స్థాపన చేయకూడదన్న ఈ వాస్తవాన్ని డాక్టర్ త్రిపాఠి మరిచిపోయినట్లు కనిపిస్తోంది. అవును, అక్బర్ భారతదేశం మొత్తాన్ని ఏకం చేసి గణతంత్ర రాజ్యంగా మార్చినట్లయితే, ప్రతాప్ చర్యను అనుచితంగా పేర్కొనవచ్చు.

అక్బర్ సెక్యులర్ రాజు అన్నది నిజమే, అయితే ఆయన వారసులు కూడా అదే విధానాన్ని అనుసరిస్తారని హామీ ఇవ్వగలరా? అతని వారసులు ఈ విధానానికి కట్టుబడి ఉన్నారా? అక్బర్ విధానాన్ని రాజపుత్ర పాలకులు (ఔరంగజేబు కాలంలో కూడా) అనుసరించారా? అణచివేతకు అంగీకరించే నాయకులకు వారి రాష్ట్ర పాలనలో పూర్తి స్వాతంత్ర్యం ఉన్నప్పటికీ మరియు యుద్ధాలలో తమ నైపుణ్యాలను ప్రదర్శించడానికి వారికి అవకాశం ఇచ్చినప్పటికీ, వారు అక్బర్‌తో సమానమని చెప్పగలరా? యుద్ధభూమిలో మీ నైపుణ్యాలను చూపించే అవకాశం అంతా ఉందా? ఈ యుద్ధాలలో విజయ ఫలాలను (హిందువు లేదా ముస్లిం)? కాకపోతే, ఈ వివాహ విధానం కాదు అక్బర్‌ని రాజకీయ గణన అంటారా? సాధారణంగా, పాఠకుల దృష్టిని ఆకర్షించడానికి కొత్త మరియు వివాదాస్పదమైన వాటిని చెప్పడానికి ప్రయత్నిస్తారు, అందుకే డాక్టర్ త్రిపాఠి ఒక వైపు మాత్రమే మద్దతు ఇచ్చారు. అతను మహారాణా ప్రతాప్ యొక్క పోరాటాన్ని "ఎమోషన్ మరియు గతంలో జీవించడం" అని పిలిచాడు మరియు దానిని తప్పుగా నిరూపించడానికి ప్రయత్నించాడు. కానీ, ఆయనే తన భావోద్వేగాలకు లోనై వాస్తవాలను వక్రీకరిస్తున్నట్లు తెలుస్తోంది.

డాక్టర్ త్రిపాఠి మహారాణా ప్రతాప్‌ను విమర్శించినప్పటికీ పై పంక్తులలో పోరాటం, మరెక్కడా అతను స్వయంగా అంగీకరించాడు ప్రతాప్ సాహసోపేతమైన పోరాటాన్ని సాగించిన వాస్తవం –

"ప్రతాప్ సాధించిన విజయాలతో రాజస్థాన్‌లోని ప్రతి లోయ ప్రకాశవంతంగా ఉంది. అతను ప్రతి నిజమైన భారతీయుడి హృదయంలో నివసిస్తున్నాడు. ప్రతాప్ యొక్క అద్భుత చర్యల కథలు ఇప్పటికీ చెప్పబడే ప్రదేశాన్ని సందర్శించని వారు, తమ పూర్వీకుల చేష్టల గురించి చెబుతూ కళ్లలో నీళ్లు తిరిగే పురాతన సామంతుల వారసులతో మాట్లాడని వారు, ప్రతాప్ ధైర్యసాహసాల కథను కథగా మాత్రమే భావిస్తారు.మరింత అదృష్ట కాలంలో తమ రాజ్యాలను నడిపిన వ్యక్తులు , మేవార్ రాజు యొక్క భావోద్వేగాల లోతును వారు ప్రయత్నించాలి మరియు ఊహించాలి, దాని కోసం

అతను ఆ సమయంలో బలమైన సామ్రాజ్యానికి వ్యతిరేకంగా పోరాడటానికి సిద్ధంగా ఉన్నాడు.అతని సాటిలేని ధైర్యం, అంకితభావం మరియు దేశభక్తికి వ్యతిరేకంగా గొప్ప ఆశయం, సామర్థ్యం, అపరిమితమైనవి. వనరులు, మరియు మొఘల్ చక్రవర్తి యొక్క మతపరమైన ఉత్సాహం, కానీ ప్రతాప్ యొక్క అజేయమైన మెదడును ఓడించడంలో ఇవన్నీ సరిపోలేదు. ప్రతాప్ విజయం లేదా అతని అద్భుతమైన ఓటమితో ప్రతి ఒక్క లోయ సంతృప్తి చెందింది."

శ్రీ రాజేంద్ర శంకర్ భట్ తన "మహారాణా ప్రతాప్" పుస్తకంలో ఇలా వ్రాశారు –

"ప్రతాప్ యొక్క లక్షణాలను విమర్శించే ముందు, అతను స్వయంగా ఒక ప్రత్యేకమైన వ్యక్తి అని మనం అర్థం చేసుకోవాలి. అతని కాలంలోని ఏ రాజు లేదా అతనితో సమానమైన ఏ రాజు అయినా, ప్రతాప్ వలె ఒకే విధమైన పాత్ర లేదా ప్రవర్తనను కలిగి ఉండడు, అలాగే ఎవరూ విజయవంతం కాలేదు. అతని అసాధారణ దేశభక్తితో, ధైర్యం, మరియు పాత్ర యొక్క సంకల్పం, ప్రతాప్ భారతీయ సంస్కృతి సంప్రదాయానికి చిహ్నంగా మారాడు మరియు దాని రక్షకుడు కూడా. భౌతిక మరియు రాజకీయ దృక్కోణం నుండి, అతను చాలా ప్రోత్సాహకరమైన ఫలితాలను పొందలేకపోవచ్చు, కానీ ప్రతి స్పష్టమైన వైఫల్యం గొప్ప విజయాలతో కప్పబడి ఉంటుంది." అతను విజయవంతం కానప్పటికీ, ప్రతి యుద్ధం తర్వాత ప్రతాప్ యొక్క కీర్తి పెరిగింది మరియు చివరికి ఈ రోజు చాలా ఉన్నత స్థాయికి చేరుకుంది. చాలా సంవత్సరాల తర్వాత కూడా, అతను "ఉదయం గుర్తుంచుకోవడానికి అర్హుడు" అని గుర్తుంచుకోబడ్డాడు. అటువంటి ప్రత్యేక వ్యక్తుల వ్యక్తిత్వాన్ని మరియు వారి సహకారాన్ని వారి తాత్కాలిక విజయం లేదా వైఫల్యం ఆధారంగా విశ్లేషించడం సాధ్యం కాదు. వారి జీవితాన్నంతా విశ్లేషించుకోవాలి. ఓడిపోయినప్పటికీ విజేత అని చెప్పుకునే వారిలో ప్రతాప్ కూడా ఉన్నాడు. నేటికీ, దేశం కోసం ప్రాణత్యాగం చేసిన వారిలో ప్రతాప్ పేరు మొదటి స్థానంలో ఉంది. ప్రతాప్ కావాలంటే అక్బర్‌తో రాజీ కుదుర్చుకుని ప్రశాంతంగా జీవించేవాడు. కానీ, అతను ఇలా చేయలేదు. అతను తన కుటుంబ సభ్యులు మరియు పౌరులు, సామంతులు మరియు

నాయకుల కోసం కష్టాలు మరియు త్యాగాల మార్గాన్ని ఎంచుకున్నాడు. అంతే కాదు, తన మద్దతుదారులు మరియు సేవకులందరూ అతని కోసం అన్ని కష్టాలను సంతోషంగా భరించేంత సజీవ స్ఫూర్తిగా నిలిచాడు. ప్రతాప్ కుటుంబంలోని కొందరు సభ్యులు అక్బర్ వైపు వెళ్లారు - అతని సోదరుడు శక్తిసింగ్, సాగర్ మరియు జగ్మాల్‌తో సహా. కానీ, వారి సంఖ్య చాలా తక్కువ. ప్రతాప్ కుటుంబంలోని చాలా మంది అతనికి బాగా సపోర్ట్ చేశారు.

ప్రతాప్ సమర్థుడైన కమాండర్, మంచి నిర్వాహకుడు, గొప్ప స్వాతంత్ర్య ప్రేమికుడు మరియు అనేక ఇతర మంచి లక్షణాలను కూడా కలిగి ఉన్నాడు. ఆయన సాటిలేని పోరాటం భారత ప్రజలకు స్ఫూర్తినిస్తూనే ఉంటుంది. సమర్థుడైన కమాండర్ మరియు నిర్వాహకుడి లక్షణాలను ఎవరైనా చర్చిస్తే, ప్రతాప్ పేరు ఎల్లప్పుడూ గౌరవంగా తీసుకోబడుతుంది. శ్రీ మిశ్రీలాల్ మండోత్ ఈ విషయం గురించి రాశారు –

"ప్రతాప్‌కు మంచి కమాండర్ మరియు మంచి నిర్వాహకుడి లక్షణాలు ఉన్నాయి. అతని గొప్ప సంకల్పం మరియు అసమానమైన త్యాగాలు అతన్ని భారతదేశ చరిత్రలో చిరస్థాయిగా నిలిచాయి. ప్రతాప్‌ను ఇలా పిలవడం సరికాదు జాతీయ హీరో. తన జీవితంలో చివరి 11 సంవత్సరాలలో, అతను పోరాటం నుండి విముక్తి పొందినప్పుడు, అతను మేవార్‌లో క్రమాన్ని మరియు పరిపాలనను తిరిగి స్థాపించాడు. 1597లో ప్రతాప్ మరణం ఒక శకం ముగిసింది."

ప్రతాప్ యొక్క బాహ్య వ్యక్తిత్వం కూడా అతని అంతర్గత వ్యక్తిత్వం వలె ప్రకాశవంతంగా మరియు ప్రకాశవంతంగా ఉంది. దానిని మాటల్లో వర్ణిస్తూ గోపీనాథ్ శర్మ ఇలా రాశారు

"ప్రతాప్‌ని మనం గుర్తుచేసుకోగానే, ఉన్నతమైన ఆదర్శాలు మరియు ధైర్యసాహసాల చిత్రం మన ముందు అకస్మాత్తుగా కనిపిస్తుంది. ఎత్తుగా మరియు అద్భుతమైన వ్యక్తిత్వం ఉన్న ఒక యుద్ధ వీరుడు. అతని నుదురు ఎత్తుగా మరియు అతని కళ్ళు మెరిసేవి. అతనికి పెద్ద మీసాలు ఉన్నాయి. అతని మొత్తం శరీర నిర్మాణం దృఢనిశ్చయం యొక్క ముద్రను ఇచ్చింది.ఆనాటి చిత్రాల ప్రకారం, ఒక చిన్న తలపాగా, పసుపు పొడవాటి దుస్తులు మరియు కమ్మర్‌బండ్ అతని దుస్తులలో ప్రధాన భాగాలు, అతని పాత్రలో అడవులు, పర్వతాలు, పోరాట జీవితం యొక్క సంగ్రహావలోకనాలు ఉన్నాయి. మరియు లోయలు.అతని కష్టాలు అతనికి సహనం,శాంతి,ధైర్యం మరియు

అంకితభావాన్ని నేర్పాయి.క్లుప్తంగా చెప్పాలంటే, ప్రతాప్ యొక్క ప్రారంభ జీవితం అతనిలో ఆనాటి ఇతర రాజపుత్రులతో పోల్చితే అతని ప్రత్యేక లక్షణాలను చూపించే పాత్ర మరియు అంతర్దృష్టి యొక్క బలాన్ని సృష్టించిందని చెప్పవచ్చు. "

శౌర్యం, త్యాగం, దేశభక్తి మరియు నిస్వార్థతతో తన కర్తవ్యాన్ని నిర్వహించడం ఇతర పురుషులు మరియు సమాజం ఎప్పటికీ గౌరవించే గొప్ప పురుషుల గుణాలు. ఈ లక్షణాలతో పాటు, అణచివేయలేని సంకల్ప శక్తి మహారాణా ప్రతాప్ యొక్క అతిపెద్ద గుణం. అందుకే ఆ నాటి సమకాలీన పాలకులెవరూ సాధించలేని ఆ శ్లాఘనీయ వైభవాన్ని ఆయన సాధించగలిగారు. అందుకే ప్రతాప్ చనిపోయి 400 ఏళ్లు గడిచినా గౌరవం, ఎప్పటికీ గౌరవం. అతను భౌతిక రూపంలో లేకపోయినా, అతని ఆదర్శాలు అనేక తరాల కోసం దేశభక్తి, స్వాతంత్ర్యం మరియు పోరాటాన్ని ప్రేరేపిస్తాయి. చివరికి ప్రముఖ చరిత్రకారుడు డా.సంపూర్ణానంద్ మాటల్లో –

"ప్రపంచంలో కొందరికి తాము శాశ్వతంగా ఉంటారని, ఎన్నో శతాబ్దాలపాటు జీవిస్తారని ఒక నమ్మకం ఉంది. దీన్ని నమ్మడం కష్టం. ఈ వ్యక్తి సమాజంలోని ప్రవక్తలు లేదా ఋషులలో లెక్కించబడే వ్యక్తి కాదు. కోసం ఉదాహరణకు, అశ్వథామ వంటి వ్యక్తికి, అతీంద్రియమని పిలవబడే అటువంటి ప్రత్యేకత గురించి మనం వినలేము. ఇంత సుదీర్ఘ జీవితం తనకు, ఇతరులకు భారంగా మారుతుందని ఈ విషయం సహజంగానే అర్థమవుతుంది. అటువంటి అమరత్వాన్ని సాధించగలిగితే అది డబ్బుతో కొనగలిగేది కాదు.

అయితే చిరంజీవి అని పిలవబడే వ్యక్తులు కొందరు ఉన్నారు నిజమైన అర్థంలో. వారి భౌతిక శరీరం మిగిలి ఉండదు, కానీ వారి వైభవం వందల మరియు వేల సంవత్సరాలు చెక్కుచెదరకుండా ఉంటుంది మరియు నిజం ఏమిటంటే వారి వైభవం కాలక్రమేణా పెరుగుతుంది. అతని గురించి చాలా కథలు పుట్టుకొచ్చాయి మరియు అతని పాత్రలో బాగా కలిసిపోయాయి, అవి అతని జీవితంలో విడదీయరాని భాగంగా మారాయి. మహారాణా ప్రతాప్ కూడా అలాంటి గొప్ప వ్యక్తిత్వం. ప్రతాప్ యొక్క కీర్తి అజరామరమైనది మరియు దేశంలో మరియు కాలంలో అనేక మార్పులు జరుగుతున్నప్పటికీ, మానవ జాతిలో ఉన్నతమైన పాత్ర, త్యాగం మరియు పరాక్రమం పట్ల గౌరవం ఉండే వరకు అది పురుషులకు కొత్త శక్తిని ఇస్తుంది.

ఎనిమిదవ అధ్యాయం

మహారాణా ప్రతాప్ వారసులు

మహారాణా ప్రతాప్ జీవితం స్వాతంత్ర్య ప్రేమికులకు స్ఫూర్తినిచ్చి వారిని ఆశ్చర్యపరిచిన మేవార్ రాజవంశం యొక్క అద్భుతమైన చరిత్ర యొక్క కథ. మహారాణా ప్రతాప్ వంటి గొప్ప స్వాతంత్ర్య ప్రేమికుడు చాలా అరుదుగా జన్మించాడు. వప్పా రావల్, రాణా కుంభ, మహారాణా హమీర్, రాణా సంఘ, మహారాణా ప్రతాప్ వంటి గొప్ప ధైర్యవంతులు జన్మించిన కీర్తి సిసోడియా వంశానికి ఉంది. సిసోడియా రాజులందరిలో, మహారాణా ప్రతాప్‌లా దృఢ సంకల్పం, స్వాతంత్ర్య ప్రేమ మొదలైనవారు ఎవరూ లేరు. మహారాణా ప్రతాప్ తర్వాత వీర్ వినోద్‌లో, సజ్జన్‌సింగ్ పాలన వరకు అతని కుమారుడు అమ్రాసింగ్ పాలన చరిత్ర ఇవ్వబడింది (165984). వీర వినోద్ సృష్టికర్త, చరణ్ శ్యామలదాస్ మహారాణా సజ్జన్‌సింగ్‌పై ఆధారపడిన వ్యక్తి అని చెప్పడం గమనార్హం.

మహారాణా అమర్‌సింగ్, మొదటివాడు

మహారాణా మరణం తర్వాత, విక్రమి శకంలోని మాఘ శుక్ల ఏకాదశి 1653లో (29 జనవరి 1597) అమర్‌సింగ్ చావంద్‌లో రాజుగా పట్టాభిషిక్తుడైనాడు. సింహాసనంపై కూర్చున్న తర్వాత, మొఘులుల అణచివేతను ఎట్టిపరిస్థితుల్లోనూ అంగీకరించకూడదని తండ్రి చెప్పిన మాటలు గుర్తుకొచ్చాయి. కాబట్టి, అమర్‌సింగ్ మేవార్‌లో తన పాలనను స్థాపించే కార్యక్రమాన్ని చేపట్టారు. అతను మేవార్‌లోని అనేక మొఘల్ పోస్టులను ధ్వంసం చేసి, అక్కడ తన పోస్టులను స్థాపించాడు. పర్యవసానంగా, 1598లో అక్బర్ మళ్లీ మేవార్‌పై దాడి చేశాడు. అమర్‌సింగ్ మొఘల్ 'పరగణాలను' కొల్లగొట్టి పర్వతాలలోకి వెళ్ళాడు. అక్బర్ అజ్మీర్‌లో ప్రిన్స్ సలీమ్‌ను మాన్‌సింగ్ కచ్వాహాతో విడిచిపెట్టాడు, తద్వారా అతని మేవార్ ప్రచారం సజావుగా సాగింది. ఫలితంగా ఊంటాలా, మోహి, మదరియా, కోషితాల్, బగౌర్, మండల్, మండల్

ఘర్, చిత్తోర్‌లలో మొఘల్ పోస్టులు తిరిగి స్థాపించబడ్డాయి. అమర్‌సింగ్ ఊంటాలపై దాడి చేశారు. భీకర యుద్ధం జరిగింది, కానీ ఫలితం లేదు.

జగ్మాల్ తమ్ముడు సాగర్ కూడా ప్రతాప్‌పై కోపం తెచ్చుకుని మాన్‌సింగ్‌కు వెళ్లాడు. మాన్‌సింగ్ భార్య అతని అత్త. మాన్‌సింగ్ అతన్ని కూడా మొఘులుల సేవలో తీసుకున్నాడు. అక్బర్ మరణం తరువాత, జహంగీర్ మొఘల్ చక్రవర్తి అయ్యాడు. నవంబర్ 1605లో, అతను అమర్‌సింగ్‌ను అణచివేయడానికి అసఫ్ ఖాన్, మగర్ మొదలైన వారితో ప్రిన్స్ పర్వేజ్‌ను పంపాడు. మొఘల్ దాడిలో, అమర్‌సింగ్ తన కింద ఉన్న ప్రాంతాన్ని నాశనం చేసి అడవుల్లో ఆశ్రయం పొందాడు. మొఘల్ సైన్యం అజ్మీర్ నుండి మేవార్ వరకు ప్రారంభమైనప్పుడు, మేవార్ యొక్క ధైర్యవంతులు దేసూరి, బద్నోర్, మండల్, మండల్‌ఘర్ మరియు చిత్తోర్‌లలో మొఘల్‌లపై దాడి చేసి వారి జీవితాన్ని దుర్భరం చేశారు. పర్వేజ్ సాగర్‌ని చిత్తోర్ మహారాణాగా ప్రకటించి పట్టాభిషేకం చేశాడు.

రాజపుత్రులు ఎప్పుడూ రాజ సైన్యంపై దాడి చేస్తూనే ఉంటారు. మార్చి 1606లో, ఒకసారి పర్వేజ్ ఊంటాలా మరియు దైబరీ నుండి మండల్ వైపు పరుగెత్తవలసి వచ్చింది. సాగర్ చిత్తూరులో కొత్త సామంతులను నియమించాడు. అతను శక్తిసింగ్ మనవడు నారాయణ్ దాస్‌కి కూడా జాగీర్ ఇచ్చాడు. 1608లో జహంగీర్ అమర్‌సింగ్‌పై జగన్నాథ్ కచ్వాహ ఆధ్వర్యంలో భారీ సైన్యాన్ని పంపాడు. రాచరిక పదవులను స్థాపించి ఊంతలా చేరుకున్నాడు. రెండు మూడు రోజుల్లోనే అమర్‌సింగ్ ఉదయపూర్ చేరుకుని రాజ సైన్యంపై దాడి చేయమని తన సైన్యాన్ని ఆదేశించాడు. అమర్‌సింగ్‌కు చెందిన సామంతుడు, రావు మేధసింగ్ ఒక పథకం వేశాడు. రాజ సైన్యానికి సీతాఫలాలు అమ్ముతాననే నెపంతో ఆవులు, గేదెలు మొదలైన వాటితో 10 లేదా 20 మంది రాజపుత్రులను పంపాడు. బయటి నుంచి సీతాఫలంలా కనిపించే ఆవులు, గేదెలపై పేలుడు పదార్థాలను ఎక్కించారు. ఏదో భారీ సైన్యం తమపై దాడి చేసిందని రాజ సైన్యం భావించింది, అందుకే వారందరూ ఎక్కడికి పారిపోయారు. 1609లో, మేవార్

ప్రచారాలలో మంచి అనుభవం ఉన్న జగన్నాథ్ కచ్వాహ మరణించాడు. జహంగీర్ ఉన్నాడు అతని మరణం పట్ల చాలా బాధపడ్డాను. దీని తరువాత, జహంగీర్ అమర్ సింగ్‌పై భారీ సైన్యంతో అబ్దుల్లా ఖాన్‌ను పంపాడు. అమర్‌సింగ్ భార్యలు మరియు పిల్లలు జోధ్‌పూర్ రాజు సూర్‌సింగ్ రాష్ట్రంలో నివసిస్తున్నారని అతనికి వార్త వచ్చింది. కాబట్టి, అతను జోధ్‌పూర్ రాజు నుండి సోజత్ జిల్లాను స్వాధీనం చేసుకుని రాథోడ్ చంద్రసేన్‌కు ఇచ్చాడు. అమర్‌సింగ్ అక్కడికి చేరుకున్న వార్తను వెంటనే తనకు ఇవ్వాలని చంద్రసేన్‌ను ఆదేశించాడు.

అమర్‌సింగ్ కూడా ఎప్పుడూ అవకాశాల కోసం వెతుకుతూ ఉండేవాడు. 1611లో ఒకసారి అహమదాబాద్ నుండి ఆగ్రాకు మొఘలుల నిధిని పంపుతున్నట్లు అతనికి వార్త వచ్చింది. కాబట్టి, అతను నిధిని దోచుకోవడానికి తన పెద్ద కుమారుడు కున్వర్ కరణ్‌సింగ్‌ను పంపాడు. మజానన్ మరియు మల్హర్ సమీపంలో, కరణసింగ్ సైన్యం పై నిధిపై దాడి చేసింది. మొఘల్ సైన్యానికి చెందిన కొన్ని బృందాలు కూడా నిధితో ఉన్నాయి. కాబట్టి, రెండు సైన్యాల మధ్య యుద్ధం జరిగింది. ఇందులో కరణ్‌సింగ్ విజయం సాధించకపోవడంతో పర్వతాల్లోకి పారిపోవాల్సి వచ్చింది.

అమర్‌సింగ్‌ను నియంత్రించడంలో జహంగీర్ ఏ మాత్రం విజయం సాధించలేకపోయాడు. 1613 సెప్టెంబర్ 16న జహంగీర్ స్వయంగా అజ్మీర్ చేరుకున్నాడు. అక్కడ అతను ప్రిన్స్ ఖుర్రామ్‌కి మేవార్ వెళ్లమని ఆజ్ఞ ఇచ్చాడు. ఖుర్రామ్ సమర్థుడైన మరియు ఉత్సాహవంతుడైన యువకుడు. పర్వతాల్లోకి వెళ్లి అమర్‌సింగ్‌ను పట్టుకోవాలనుకున్నాడు. ఫిబ్రవరి 1614 న, అతను తన సైన్యాన్ని నాలుగు భాగాలుగా విభజించి పర్వతాల వైపు వెళ్ళమని ఆదేశించాడు. ఈ నాలుగు బృందాలు ప్రారంభమయ్యాయి. దారిలో దొరికిన స్థలాలన్నీ కొల్లగొట్టి, గ్రామాలను తగులబెట్టి, ఎంతోమంది అమాయకులను చంపి, అనేకమందిని బందీలుగా చేసుకున్నారు.

అమర్‌సింగ్ రాజ్‌పుత్‌లను కూడా జట్లుగా విభజించి, మొఘలులు పర్వతాలలోకి ప్రవేశించే అవకాశం ఉన్న ప్రదేశాలలో వారిని నియమించాడు. మొఘలులను

పర్వతాలలోకి రానివ్వకూడదని ఈ బృందాలను ఆదేశించారు. మొఘులుల ఒత్తిడి పెరుగుతూ వచ్చింది. ఈ జట్లలో చాలా వరకు మొఘుల్‌లతో ఎన్‌కౌంటర్లు ఉన్నాయి. వారి ఏనుగులు చాలా దోచుకోబడ్డాయి. మొఘుల్ సైనికులు ఆ ఏనుగులను ఖుర్రంకు పంపించారు.

ఈ సుదీర్ఘ పోరాటాల కారణంగా, అమర్‌సింగ్ మరియు అతని మద్దతుదారు రాజ్‌పుత్ ల జీవితం అస్తవ్యస్తంగా మారింది మరియు విజయంపై ఆశ లేదు. కాబట్టి, రాజ్‌పుత్ లకు నిరాశ మరియు రాజీనామా భావన వచ్చింది. వారు కాలాల ముందు తలవంచాలని కోరుకున్నారు మరియు ఇతర రాజపుత్రుల వలె, మొఘులులతో ఒక ఒప్పందంపై సంతకం చేశారు. చాలా మంది సామంతులు ఈ ఆలోచనలను అమర్‌సింగ్ ముందు ఉంచారు. లోతైన ఆలోచన మరియు తన మద్దతుదారులతో సుదీర్ఘ చర్చల తరువాత, అతను అబ్దుల్ రహీమ్ ఖాన్ఖానాకు ఒక లేఖ పంపాడు, అందులో ఈ క్రింది ద్విపద వ్రాయబడింది –

గౌర్ కచహ్ రావ్‌తార్ గోఖా జోఖ్ కరాంత్.

కహ్ జో ఖానా ఖాన్ సే బంచర్ హువా ఫిరెంట్.

అంటే గౌర్ కచహ్ రావ్‌తార్ గోఖా జోఖ్ కరాంత్. కహ్ జో ఖానా ఖాన్ సే బంచర్ హువా ఫిరెంట్.

ఒకసారి అమర్‌సింగ్ ఖాన్‌ఖానా భార్యలను బందీలుగా చేసాడు, కాని మహారాణా ప్రతాప్ వారిని పూర్తి గౌరవంతో ఖాన్‌ఖానాకు తిరిగి పంపాడు. దీంతో ఈ కుటుంబంపై ఖంఖానాకు అమితమైన అభిమానం ఏర్పడింది. ఈ ఉత్తరం వచ్చిన తర్వాత, ఖంఖానా ఈ క్రింది ద్విపద –

ఘుర్ రహ్సా రహ్సా ధర్మ ఖాప్ జాసి ఖుర్మాన్ అని వ్రాసాడు.

అమర్ విసంభర్ ఉప్రో రఖోస్ నిహజో రన్.

అర్థం, మతాలు ఉంటాయి, భూమి ఉంటుంది, కానీ మొఘులులు చరిత్రలో భాగం అవుతారు. అయితే ఈ సమయంలో ఇది భగవంతుని కోరిక. కాబట్టి, అమర్‌సింగ్!

మీరు మొఘలుల పాలనను అంగీకరించాలి. నీ కీర్తి ఇప్పటికీ చిరస్థాయిగా నిలిచిపోతుంది.

రాజపుత్రులు చాలా దుర్భరమైన జీవితాన్ని గడుపుతున్నారు. వారు తమ పరిస్థితి గురించి ప్రిన్స్ కరణ్‌సింగ్‌కు చెప్పారు. కరణంసింగ్ కూడా పోరాటాన్ని మరింత పొడిగించాలనుకోలేదు. కాబట్టి, అమర్‌సింగ్‌ని అడగకుండా, అతను తన ఇద్దరు వ్యక్తులను ఒప్పంద ప్రతిపాదనతో ఖుర్రామ్‌కు పంపాడు. ఈ ప్రతిపాదనను అందుకున్న ఖుర్రం చాలా సంతోషించాడు. అతను ఈ వార్తను జహంగీర్ చక్రవర్తికి పంపాడు. అది విన్న జహంగీర్ మరింత సంతోషించాడు. అమర్‌సింగ్‌ను ఇబ్బంది పెట్టబోమని హామీ ఇచ్చారు ఎలాగైనా ప్రిన్స్ కరణ్‌సింగ్‌ను మొఘల్ ఆస్థానానికి పంపమని కోరాడు.

కరణ్‌సింగ్ మరియు మొఘల్ చక్రవర్తి మధ్య ఈ సందేశాలు మార్పిడి చేయబడ్డాయి. ఈ విషయం అమర్‌సింగ్‌కు పూర్తిగా తెలియదు. కరణ్‌సింగ్ ఈ వార్తను అమర్‌సింగ్‌కు అందించారు. ఈ వార్త విన్న ఆయన ఒక్కసారిగా సీరియస్ అయ్యారు. అతని మొహంలో మహా దుఃఖం వచ్చి కొంతసేపటికి ఒక్క మాట కూడా మాట్లాడలేకపోయాడు. కొంత సమయం తరువాత, అతను ఇలా అన్నాడు- "ఇది మీ కోరిక అయితే, నేను కూడా దీనిని భరించవలసి ఉంటుంది. నేను ఒంటరిగా ఏమి చేయగలను? మొఘులులకు సేవ చేయడం, వారి ఫార్మాన్ (ఆజ్ఞలను) వారి 'ఖిలాత్ (గౌరవ వస్త్రం) ధరించడం. - ఇది నా పూర్వీకులు ఎప్పుడూ చేయని పని, కానీ నేను దీన్ని చేయవలసి ఉంటుంది."

దీని తరువాత, అతను స్వయంగా ప్రిన్స్ ఖుర్రం వద్దకు వెళ్ళాడు. అతనికి మొఘులులపై పూర్తి విశ్వాసం లేకపోవడంతో కరణ్‌సింగ్‌ని ఒంటరిగా అక్కడికి పంపలేదు. అతను ఒంటరిగా ఖుర్రం వెళ్లాలనుకున్నాడు, కానీ అతనితో పాటు చాలా మంది రాజపుత్రులు వెళ్లారు. అతని ముగ్గురు కుమారులతో పాటు, భీంసింగ్, సూరజ్మల్, బాగ్సింగ్ సహస్మల్ మరియు 100 మంది ఇతర రాజపుత్రులు ఉన్నారు. గోగుండాలో ఖుర్రంను కలిశాడు. ప్రిన్స్ ఖుర్రం స్వయంగా అమర్‌సింగ్‌కు స్వాగతం పలికారు. ఖుర్రంకు అమర్

సింగ్ ఎన్నో బహుమతులు ఇచ్చాడు. దీని తరువాత, అమర్‌సింగ్ తన రాజభవనానికి తిరిగి వచ్చాడు. దీని తర్వాత, కరణ్‌సింగ్‌ను ఖుర్రామ్‌కు పంపారు. 18 ఫిబ్రవరి 1615న, ప్రిన్స్ ఖుర్రం తనతో పాటు ప్రిన్స్ కరణ్‌సింగ్‌ను తీసుకొని అజ్మీర్‌లోని చక్రవర్తి జహంగీర్ కు చేరుకున్నాడు. జహంగీర్ కరణ్‌సింగ్‌కు అనేక బహుమతులు ఇచ్చి రూ. 5000. తర్వాత, కరణ్‌సింగ్ ఉదయపూర్‌కు తిరిగి వచ్చాడు. ఈ మారిన రాజకీయ పరిస్థితులలో, కరణ్‌సింగ్ ఉదయపూర్ చేరుకున్నప్పుడు, సాగర్ అతని కుటుంబంతో కలిసి చిత్తూరు నుండి బయలుదేరి చక్రవర్తి వద్దకు చేరుకున్నాడు. చక్రవర్తి అతనికి రావత్ బిరుదును ఇచ్చాడు మరియు అతనికి భదోర పరగణ యొక్క 'జాగీర్' ఇచ్చాడు. ఈ విధంగా, అమర్‌సింగ్ మొఘలులతో పోరాడటానికి తన శాయశక్తులా ప్రయత్నించాడు, కానీ అతనికి మహారాణా ప్రతాప్ యొక్క దృఢ సంకల్పం లేదు. కాబట్టి, పరిస్థితులలో వంగడమే మంచిదని భావించాడు. శతాబ్దాలుగా అవిచ్ఛిన్నంగా కొనసాగుతున్న మేవార్ యొక్క అద్భుతమైన సంప్రదాయాన్ని అతను విచ్ఛిన్నం చేశాడు. అతను మొఘలుల అధీనంలోకి వచ్చాడు. 1620 అక్టోబరు 30న ఉదయపూర్ లో మరణించాడు.

మహారాణా కరణసింగ్

అమర్‌సింగ్ మరణానంతరం, 7 ఫిబ్రవరి 1620న అతని పెద్ద కుమారుడు కరణ్‌సింగ్ మేవార్ సింహాసనంపై కూర్చున్నాడు. నిజానికి, కరణ్‌సింగ్ మొఘలులకు లొంగిపోవడాన్ని అంగీకరించడంలో ప్రధాన పాత్ర పోషించాడు. కరణ్‌సింగ్ పాలన మరియు పరిపాలన చాలా బాగుంది. జహంగీర్‌తో వాగ్వాదం కారణంగా, ప్రిన్స్ ఖుర్రం ఉదయపూర్‌లోనే ఉన్నాడు. 1626లో, జహంగీర్ మరియు ఖుర్రామ్ మధ్య రాజీ జరిగింది. కాబట్టి, ఖుర్రం తన ఇద్దరు కుమారులు, దారా షికో మరియు ఔరంగజేబులను జహంగీర్ సేవలో పంపాడు. దీని తరువాత, జహంగీర్ మరణం తరువాత, ఖుర్రం దక్షిణం నుండి గుజరాత్ మీదుగా ఆగ్రాకు వెళ్ళినప్పుడు, అతను గోగుండాలో కొంతకాలం ఆగాడు. దీన్ని బట్టి కరణ్‌సింగ్, ఖుర్రామ్‌ల మధ్య సంబంధాలు చాలా స్నేహపూర్వకంగా

ఉన్నాయని స్పష్టమవుతోంది. దీని తరువాత, ఖుర్రం ఆగ్రా వైపు బయలుదేరినప్పుడు, కరణ్‌సింగ్ తన తమ్ముడు అర్జున్‌సింగ్‌ను అతనితో పంపాడు మరియు అతను ఉదయపూర్ వచ్చాడు. ఆ వెంటనే కరణ్‌సింగ్ చనిపోయాడు.

మహారాణా జగత్‌సింగ్, కరణ్‌సింగ్

తర్వాత మొదటివాడు, 9 మే 1928న, జగత్‌సింగ్, మేవార్ సింహాసనంపై మొదటివాడు. చిన్నప్పటి నుండి, అతను చాలా తెలివైనవాడు. దేవలియా, దుంగార్ పూర్ మరియు సిర్ఫీపై దాడులు మరియు బన్స్వారా యొక్క రావల్‌పై పెనాల్టీ విధించడం అతని జీవితంలో ప్రధాన రచనలు. 1652 లో, అతను పవిత్ర స్థలాలకు విహారయాత్రకు వెళ్లాలనుకున్నాడు, కానీ అతను అదే సంవత్సరం అక్టోబర్ 25 న మరణించాడు.

మహారాణా రాజ్‌సింగ్, మొదటిది

14 ఫిబ్రవరి 1653న, మహారాణా రాజ్‌సింగ్ మేవార్ సింహాసనంపై కూర్చున్నాడు. ఈ సందర్భంగా చక్రవర్తి షాజహాన్ కూడా ఒక 'టికా' బహుమతిని పంపాడు. ఇప్పుడు మేవార్ రాజ వంశం మొఘల్ పాలనలోకి వచ్చినప్పటికీ, మహారాణా రాజ్‌సింగ్ మహారాణా ప్రతాప్ యొక్క ఆదర్శాలను అనుసరించిన స్వాభిమానం కలిగిన సిసోడియా రాజు. అమర్‌సింగ్ మొఘలుల లొంగదీసుకోవడాన్ని అంగీకరించడం ద్వారా వారి రాజవంశంపై ఉంచిన చీకటి మచ్చను అతను కడిగివేయాలనుకున్నాడు.

సింహాసనంపై కూర్చున్న తర్వాత, రాజ్‌సింగ్ చిత్తూరు కోట మరమ్మతులు ప్రారంభించాడు. ఈ సమయంలో, మాల్వా మరియు అజ్మీర్ దేవాలయాలలో మొఘల్ చక్రవర్తి ఉద్యోగులు కొన్ని ఆవులను చంపిన సంఘటనలు కూడా అతని ఆగ్రహాన్ని పెంచాయి. అతని ఉద్యోగులు కూడా వీలున్నప్పుడల్లా మొఘలులను ఇబ్బంది పెట్టడం ప్రారంభించారు. మొఘల్ చక్రవర్తిపై తిరుగుబాటు చేయాలని రాజ్‌సింగ్ ఆలోచిస్తున్నట్లు షాజహాన్‌కు సమాచారం అందింది. షాజహాన్ రాజ్‌సింగ్ మేనమామ గరీబ్‌దాస్‌కు 700

రూపాయల జీతం మరియు ఒక జాగీర్‌ను ఇచ్చి రాజ్‌సింగ్‌పై పోరాడటానికి సైన్యంతో పంపాడు. గరీబ్దాస్ ఆ రోజుల్లో మొఘల్ ఆస్థానంలో ఉండేవాడు. గరీబ్దాస్ మేవార్ చేరుకున్నప్పుడు, అతను రాజ్‌సింగ్‌తో పోరాడలేదు, బదులుగా నేరుగా రాజ్‌సింగ్ వద్దకు వెళ్లి అతనికి ప్రతిదీ చెప్పాడు. రాజ్‌సింగ్ అతడిని సలహాదారునిగా చేసుకున్నాడు.

16 అక్టోబరు 1654న, షాజహాన్ అజ్మీర్‌లోని చిస్తీ మసీదులో ప్రార్థనలు చేస్తున్నారనే నెపంతో మేవార్‌కు వ్యతిరేకంగా ప్రచారాన్ని ప్రారంభించాడు. ఒకవైపు మౌల్వీ సాదుల్లాఖాన్‌తో కలిసి 20,000 మంది గుర్రపు సైనికులను చిత్తూరు వైపు పంపి, మరోవైపు అనవసరమైన రక్తపాతం జరగకుండా ఉండేందుకు రాజ్‌సింగ్‌కు వివరించేందుకు మున్షీ చంద్రభాన్ అనే బ్రాహ్మణుడిని దూతగా పంపాడు. సాదుల్లాఖాన్ చిత్తూరు చేరుకున్నప్పుడు, చిత్తోర్ కోట ఖాళీగా కనిపించింది రాజ్‌సింగ్ కోటను ఖాళీ చేయించారు.

అతను పౌరులందరినీ అడవుల్లోకి పంపి చిత్తోరును నాశనం చేయడం ప్రారంభించాడు. చంద్రభాన్ మహారాణా రాజ్‌సింగ్‌ను చేరుకున్నప్పుడు, మహారాణా అతనికి తగిన గౌరవం ఇచ్చాడు. చంద్రభాన్ మహారాణాకు అన్ని విధాలుగా వివరించాడు. యువరాజును చక్రవర్తి వద్దకు పంపమని అతనికి సూచించాడు. ఇది మేవార్‌కు ప్రయోజనకరంగా ఉంటుంది. ఈ అంశంపై ఇద్దరూ చాలాసేపు మాట్లాడుకున్నారు. కున్వర్ సుల్తాన్‌సింగ్ వయస్సు 5-6 సంవత్సరాలు. దారా షికో కున్వర్ సుల్తాన్‌సింగ్ ను చక్రవర్తి వద్దకు పంపాడు. అతను 2 డిసెంబర్ 1654న చక్రవర్తి వద్దకు చేరుకున్నాడు. మరుసటి రోజు, చక్రవర్తి కున్వర్‌కు 'ఖిలాత్' ఇచ్చాడు. దీని తరువాత, కున్వర్ సుల్తాన్సింగ్ ఉదయపూర్ తిరిగి వచ్చాడు. మహారాణా రాజ్‌సింగ్ సమర్థుడైన రాజకీయ నాయకుడు. కాబట్టి, అతను అప్పటికే మధుసూదన్ భట్ మరియు రైసింగ్ ఝులాలను మౌల్వీ వద్దకు పంపాడు సాదుల్లా ఖాన్. వారిద్దరూ సాదుల్లాఖాన్‌కి చాలా రకాలుగా వివరించారు, కానీ గరీబ్దాస్ సంఘటన కారణంగా, అతను రాజ్‌సింగ్‌పై చాలా

కోపంగా ఉన్నాడు. ఆ సమయంలో పరిస్థితులు తనకు వ్యతిరేకంగా ఉండటం చూసి, మహారాణా మౌనంగా ఉండటమే మంచిదని భావించాడు, కానీ మేవార్ నాశనం చేయడం పట్ల అతనికి కోపం వచ్చింది. కాబట్టి, మొఘులులకు వ్యతిరేకంగా ఎటువంటి నిరసనలు చేయకుండా, అతను తన స్థానాన్ని బలోపేతం చేయడానికి భారీ సైన్యాన్ని నిర్మించడం ప్రారంభించాడు.

షాజహాన్ మొఘల్ చక్రవర్తి అయినప్పుడు, అతను కృష్ణగఢ్ రాజు రూప్‌సింగ్‌కు మండల్‌గర్‌లోని ప్రసిద్ధ ప్రదేశాన్ని ఇచ్చాడు. దీంతో రాజ్‌సింగ్‌కు కోపం రావడం సహజమే. ఈ అవమానాన్ని తట్టుకోలేకపోయాడు. కాబట్టి, అతను సైన్యాన్ని పంపి, మండల్‌ఘర్‌ని తన అధీనంలోకి తెచ్చుకున్నాడు. ఇది మాత్రమే కాదు, 18 అక్టోబర్ 1657, దసరా నాడు, అతను తన సైన్యం యొక్క బలాన్ని ప్రదర్శించాడు. మొఘులులు తమ ఆధీనంలోకి తీసుకున్న ప్రాంతాలను విడిపించేందుకు కొత్తగా ఏర్పడిన ఈ సైన్యాన్ని పంపాడు. సైన్యం తన మిషన్‌ను ప్రారంభించి, 1658 మే 12న ఖైరాబాద్, మండల్ మరియు దరిబాను నియంత్రించింది. ఈ ప్రదేశాల నుండి మొఘులులను తరిమివేసిన తరువాత, వారు అక్కడ మేవార్ పోస్టులను స్థాపించారు. షాజహాన్‌కి ఈ వార్త తెలియగానే చాలా కోపం వచ్చింది, కానీ అప్పుడు అతని సొంత కొడుకులు అతనిపై తిరుగుబాటు చేయడంతో అతను ఏమీ చేయలేకపోయాడు.

పరిస్థితిని సద్వినియోగం చేసుకున్న మహారాణా రాజ్‌సింగ్ ఔరంగజేబు పట్ల స్నేహహస్తం అందించాడు. ఇరువురి మధ్య లేఖలు మారాయి. ఔరంగజేబు కూడా అప్పుడు తన స్థానాన్ని బలోపేతం చేసుకోవాలనుకున్నాడు. అలా రాజ్‌సింగ్‌తో స్నేహం ఏర్పరచుకున్నాడు. షూజాతో పోరాడటానికి ఔరంగజేబు బెంగాల్ వెళ్ళినప్పుడు, అతను రాజ్‌సింగ్ సహాయం కోరాడు. రాజ్‌సింగ్ తన చిన్న కొడుకు సర్దార్‌సింగ్‌ని తనతో పంపాడు. షుజాను అణచివేసిన తరువాత, ఔరంగజేబు ప్రయాగకు తిరిగి వచ్చినప్పుడు, ఆ సమయంలో దారా షికో పంజాబ్ నుండి సింధ్, కచ్ మీదుగా వచ్చి గుజరాత్ చేరుకున్నాడు. 23 ఫిబ్రవరి 1659న, అతను రాజ్‌సింగ్‌కు సహాయం కోరుతూ

లేఖ కూడా రాశాడు. రాజ్‌సింగ్ ఇద్దరు సోదరులు తమలో తాము పోరాడాలని కోరుకున్నారు మరియు మొఘల్ సామ్రాజ్యాన్ని బలహీనపరచాలని కోరుకున్నారు, అందుకే అతను దారా షికోకు ఎటువంటి సమాధానం ఇవ్వలేదు. ఈ సమయంలో, మండల్‌గర్ మరియు బద్నూర్ వచ్చారు అతని నియంత్రణలో. ఔరంగజేబు కూడా అతన్ని ఎలాగైనా సంతోషంగా ఉంచాలని కోరుకున్నాడు, కాబట్టి అతను దుంగార్పూర్, బన్స్వారా, గయాస్పూర్, బసవర్ మొదలైన వాటిపై మహారాణా పాలనను అంగీకరించాడు. దీని కోసం అతను తన ఆదేశాలను పంపాడు.

సరైన అవకాశాన్ని చూసిన మహారాణా తన సామ్రాజ్యాన్ని విస్తరించడం ప్రారంభించాడు. ఇందుకోసం బీసల్వారాను తన అధీనంలోకి తెచ్చుకోవడానికి సైన్యాన్ని పంపాడు. బీసల్వారాకు చెందిన రావా సమర్‌సింగ్ మహారాణా లొంగదీసుకోవడాన్ని అంగీకరించాడు. అతను మేవార్‌కు 10 లక్షల రూపాయలను పెనాల్టీగా ఇచ్చాడు. మేవార్ కమాండర్ ఫతేచంద్ర కేవలం 20,000 రూపాయలు తీసుకుని మిగిలిన డబ్బును మరియు గ్రామాలను రావల్ సమర్సింగ్‌కు తిరిగి ఇచ్చాడు. బీసల్వారా తరువాత, మేవార్ సైన్యం దుంగార్పూర్ కోసం ప్రారంభమైంది. అక్కడికి చెందిన రావల్ గిరిధర్ కూడా మేవార్ అధీనంలోకి వచ్చాడు.

ఈ సమయంలో, అతని తండ్రి షాజహాన్‌ను బందీగా చేసి, అతని సోదరులను హత్య చేసిన తర్వాత, ఔరంగజేబు మొఘల్ చక్రవర్తి అయ్యాడు. కాబట్టి, అతనిని సంతోషపెట్టడానికి, రాజ్‌సింగ్ అతనికి ఒక ఏనుగు మరియు నగలను బహుమతిగా పంపాడు. బహుమతులతో, ఉదయకరన్ చౌహాన్ 9 సెప్టెంబరు 1659న ఢిల్లీలోని ఔరంగజేబును చేరుకున్నాడు. ఔరంగజేబు ఈ బహుమతులను ఆనందంతో స్వీకరించాడు మరియు అతను స్వయంగా ఒక గుర్రాన్ని మరియు 'ఖిలాత్'ను పంపాడు.

మహారాణా సమర్‌సింగ్ మరియు ఔరంగజేబుల సంబంధాలు ఈ కాలం వరకు సత్సంబంధాలుగా ఉండేవని, అయితే ఔరంగజేబు వంటి మతోన్మాద మరియు

సంకుచిత మనస్తత్వం కలిగిన చక్రవర్తితో ఎప్పటికీ ఉదారమైన మరియు స్వాభిమానం గల రాజు సంబంధాలు ఎప్పటికీ స్నేహపూర్వకంగా ఉండటం సాధ్యం కాదని ఈ వర్ణనల ద్వారా స్పష్టమవుతుంది. త్వరలోనే ఔరంగజేబుతో అతని సంబంధాలు చేదుగా మారాయని ప్రత్యేకంగా చెప్పనవసరం లేదు. చక్రవర్తి జహంగీర్ ఒక నియమం ప్రకారం మొఘల్ పాలనలో ఉన్న రాజపుత్రులు మొఘల్ చక్రవర్తి అనుమతి లేకుండా ఒకరి మధ్య వివాహ సంబంధాలను ఏర్పరచుకోకూడదు. దీని వెనుక ఉన్న ప్రధాన కారణం ఏమిటంటే, సాంప్రదాయ వివాహ సంబంధాల కారణంగా, ఈ రాజులు ఒకరితో ఒకరు సంబంధాలు ఏర్పరుచుకుని, మొఘల్ సామ్రాజ్యానికి హానికరమని నిరూపించవచ్చు. ఇది కాకుండా, మరొక ముఖ్యమైన కారణం చెప్పవచ్చు, అది: మొఘల్ పాలకుడు అందమైన రాజపుత్ర యువరాణుల చేతులను స్వయంగా అడిగేవాడు.

రూపనగర్ రాజు కుమార్తె చారుమతి చాలా అందంగా ఉంది. ఆమె అందం యొక్క ప్రశంసలు విన్న ఔరంగజేబు ఆమెను వివాహం చేసుకోవాలనుకున్నాడు. చారుమతి సోదరుడు మాన్‌సింగ్ కూడా ఔరంగజేబు ఆస్థానంలో ఉన్నాడు. అతను తన సోదరిని ఔరంగజేబుతో వివాహం చేసుకోవడానికి అంగీకరించాడు మరియు ఈ విషయంలో కూడా వాగ్దానం చేశాడు, కానీ అతని తల్లిదండ్రులు ఈ వివాహానికి అనుకూలంగా లేరు. వారు కూడా ఔరంగజేబు కింద ఉన్నారు, కాబట్టి వారు ఈ ప్రతిపాదనను తిరస్కరించడం ద్వారా అతని ఆగ్రహానికి గురికావడానికి ఇష్టపడలేదు. కాబట్టి, వారు ఒక తెలివైన ప్రణాళికను ఆలోచించారు. వారు యువరాణి చారుమతిని మహారాణా రాజ్‌సింగ్‌కు తన చేతులతో వివాహ ప్రతిపాదన లేఖను వ్రాసేలా చేసారు. ఈ ఉత్తరాన్ని తీసుకుని ఒక బ్రాహ్మణుడు మహారాణాకు చేరుకున్నాడు. అలా, మహారాణా రాజ్‌సింగ్ రూప్‌నగర్ చేరుకుని అక్కడ చారుమతిని వివాహం చేసుకున్నాడు. ఇక్కడి నుండి ఔరంగజేబుతో అతని సంబంధాలు చేదు పెరగడం ప్రారంభించాయి. దీంతో కోపోద్రిక్తుడైన ఔరంగజేబు గయాస్‌పూర్ మరియు బసవ్‌పూర్‌లను ఉదయపూర్ నుండి వేరు చేసి రావత్ హరిసింగ్‌కు ఇచ్చాడు. చక్రవర్తి యొక్క ఈ పనికి రాజ్‌సింగ్ తన అసంతృప్తిని వ్యక్తం

చేశాడు మరియు దీనికి సంబంధించి అతనికి ఒక లేఖ కూడా వ్రాసాడు, కానీ దీని నుండి ఎటువంటి ఫలితం రాలేదు.

వీటన్నింటితో పాటు, మహారాణా చాలా కొత్త దేవాలయాలను నిర్మించాడు మరియు తన రాష్ట్రంలోని మథురలోని గోసైన్‌లకు ఆశ్రయం ఇచ్చాడు. వీటన్నింటి వల్ల రాజ్‌సింగ్‌పై ఔరంగజేబు మరింత కోపం పెంచుకున్నాడు. 20 జనవరి 1679న, ప్రార్థనలు చేసే సాకుతో, అతను అజ్మీర్‌లోని చిస్తీ మసీదు కోసం ప్రారంభించి, మార్చి 1న అజ్మీర్ చేరుకున్నాడు. రాజ్‌సింగ్‌కి అతని ఉద్దేశం అర్థమైంది. కాబట్టి, అతను తన న్యాయవాదిని అతని వద్దకు పంపాడు. ఔరంగజేబు న్యాయవాదికి ఏ ఆదేశాలు ఇచ్చినా, ఆ సమయంలో మహారాణా వాటిని అంగీకరించాడు.

బహుశా ఔరంగజేబుతో అతని సంబంధాలు మళ్లీ మెరుగుపడి ఉండవచ్చు, కాకపోవచ్చు, కానీ ఈ సమయంలో, ఔరంగజేబు హిందువులపై 'జాజియా' పన్ను విధించాడు. రాజ్‌సింగ్ దీన్ని హిందువులకు మతపరమైన అన్యాయంగా భావించాడు. దీంతో ఆగ్రహించిన అతను ఔరంగజేబుకు ఇది సరికాదని లేఖ రాశాడు. భగవంతుని దృష్టిలో హిందువులు, ముస్లింలు ఇద్దరూ సమానమేనని, చక్రవర్తి కూడా సమానమని ఈ లేఖలో రాశారు అతని ప్రతినిధి. కాబట్టి, దేవుని పేరులో ఈ రకమైన వివక్ష పూర్తిగా తప్పు. దీనివల్ల చక్రవర్తి వైభవం తగ్గుతుంది. ఈ ఉత్తరం అందుకొని చదివిన ఔరంగజేబుకి చాలా కోపం వచ్చింది. వెంటనే ఉదయపూర్‌పై దాడి చేయాలని ఆదేశించాడు. 1679 సెప్టెంబర్ 15న, అతను ఉదయపూర్ కోసం తన సైన్యంతో బయలుదేరాడు. 1680 జనవరి 18న మొఘల్ సైన్యం మేవార్ చేరుకుంది. అక్కడికి చేరుకున్న అతను ఉదయపూర్‌పై దాడి చేయమని తన సైన్యాన్ని ఆదేశించాడు.

మహారాణా రాజ్‌సింగ్‌కు ఔరంగజేబు కార్యకలాపాల గురించి వార్త తెలియగానే, అతను తన పౌరులను, పిల్లలను మరియు భార్యలను మకం, దేవి మాత మొదలైన పర్వతాలకు పంపాడు మరియు అవకాశం వచ్చినప్పుడు రేషన్‌ను దోచుకోవాలని అతని సామంతులు, యోధులు మరియు భీలను ఆదేశించాడు. మొఘల్ సైన్యానికి

పంపబడ్డారు. మొఘల్ కమాండర్లు ఔరంగజేబుకు ఈ విషయం చెప్పారు. యక్కా, తాజ్ ఖాన్ మరియు ఇతర మొఘల్ కమాండర్లు హిందూ దేవాలయాలను బద్దలు కొట్టి ఉదయపూర్ చేరుకున్నారు. జనవరి 27 న, మొఘల్ యువరాజు అక్బర్ భారీ సైన్యంతో ప్రారంభించాడు. మహారాణా జాడ కోసం పర్వతాల వైపు వెళ్లమని సైన్యాన్ని ఆదేశించాడు. మార్చి 5న, ఔరంగజేబు కూడా చిత్తూరుకు బయలుదేరాడు. అతనికి 63 దేవాలయాలు ధ్వంసమయ్యాయి. అప్పుడు ఖనేజహాన్ అనే కమాండర్ చిత్తూరు చేరుకున్నాడు. దీని తరువాత, ప్రిన్స్ అక్బర్ చిత్తోర్ కోటలో తన సైన్యంతో ఒక శిబిరాన్ని ఏర్పాటు చేయాలని ఆజ్ఞను పొందాడు. కాబట్టి, అక్బర్ చిత్తోర్ కోటలో నివసించడం ప్రారంభించాడు. రాజ్‌పుత్‌లు మొఘల్‌లతో చాలాసార్లు భీకర యుద్ధాలు చేశారు మరియు చాలాసార్లు మొఘల్ సైన్యం ఓటమిని ఎదుర్కోవలసి వచ్చింది, కానీ చివరికి బ్యాలెన్స్ మొఘల్‌లకు అనుకూలంగా మారింది.

దీని తరువాత, అతని స్థానంలో యువరాజు అక్బర్‌ను నియమించి, ఔరంగజేబు అజ్మీర్ వెళ్లాడు. మహారాణా రాజ్‌సింగ్, పదం యొక్క నిజమైన అర్థంలో, మహారాణా ప్రతాప్ వారసుడు. అతను మొఘులులకు వ్యతిరేకంగా జీవితాంతం పోరాడుతూనే ఉన్నాడు, విజయం లేదా ఓటమి అనేది శరీరం కాదు మనస్సులో. తన హృదయం నుండి, అతను ఎప్పుడూ ఓటమిని అంగీకరించలేదు. ఈ గొప్ప స్వాతంత్ర్య ప్రేమికుడు 3 నవంబర్ 1680న కుంభాల్‌ఘర్‌లోని ఓరా గ్రామంలో మరణించాడు. ఎలాంటి అనారోగ్యం లేకుండా హఠాన్మరణం చెందాడు. కాబట్టి, ఈ విషయంపై ఇలా చెప్పబడింది అతను చాలా పదునైన స్వభావం ఉన్నందున అతనికి విషం ఇచ్చారని. కాబట్టి, ప్రజలందరూ అతనిపై కోపంగా ఉండేవారు. నిజం ఏమైనప్పటికీ, మహారాణా రాజ్‌సింగ్ ఆత్మగౌరవం, స్వాతంత్ర్యాన్ని ఇష్టపడే రాజ్‌పుత్ అని చాలా ఖచ్చితంగా చెప్పవచ్చు. మేవార్ అస్తమించే సూర్యుడిని తిరిగి ప్రతిష్టించడానికి ఆయన చేసిన ప్రయత్నం ప్రశంసనీయం. అతను ఈ లక్ష్యంలో విజయం సాధించలేకపోయినా, ఇప్పటికీ అతని పని యొక్క

ప్రాముఖ్యత తగ్గలేదు. అతను తన లక్ష్యంలో విజయం సాధించినట్లయితే, మేవార్ మరియు భారతదేశ చరిత్ర భిన్నంగా ఉండేది.

మహారాణా జైసింగ్

రాజ్‌సింగ్ మరణించే సమయంలో జైసింగ్ కురాజ్ గ్రామంలో మొఘల్ సైన్యంతో తలపడుతున్నాడు. నవంబర్ 3న అక్కడ పట్టాభిషేకం చేశారు. అతను 15 ఫిబ్రవరి 1653న జన్మించాడు. అదే సమయంలో అతను మహారాణా అయ్యాడు, ప్రిన్స్ అక్బర్ ఔరంగజేబుపై తిరుగుబాటు చేసి తనను తాను చక్రవర్తిగా ప్రకటించుకున్నాడు. ఈ విషయంలో రాజ్‌పుత్‌లు కూడా ఆయనకు మద్దతుగా నిలిచారు. అతని వద్ద 70,000 కంటే ఎక్కువ బలమైన సైన్యం ఉంది. ఔరంగజేబు వచ్చిన వార్త విని యుద్ధానికి సిద్ధమయ్యాడు. ఈ సందర్భంగా ఔరంగజేబు దౌత్యాన్ని ఉపయోగించుకున్నారు. అతను అక్బర్‌కు ఒక లేఖ రాశాడు మరియు చాలా తెలివిగా ఈ లేఖను రాజపుత్రులకు ఎలాగో పంపాడు. ఆ లేఖను చదివిన రాజపుత్రులు అక్బర్ ఔరంగజేబుతో ఈ పథకం వేసి తమను మోసం చేయడానికి ప్రయత్నిస్తున్నాడని భావించారు. ఔరంగజేబు పథకం ఫలించింది. 1631 జనవరి 28న అక్బర్ పారిపోయాడు. దీని తరువాత, జైసింగ్ మరియు ఔరంగజేబ్ రాజీకి వచ్చారు.

సిసోడియా ప్రజలు ఎప్పుడూ తాగేవారు కాదు, అయితే జైసింగ్ పెద్ద కొడుకు అమర్ సింగ్ భార్య మద్యానికి బానిసైంది, ఆమె నుండి కూడా అమర్‌సింగ్‌కి ఈ అలవాటు వచ్చింది. అమర్‌సింగ్ తాగడం ప్రారంభించాడు. దీంతో జైసింగ్ తీవ్ర నిరాశకు గురయ్యాడు. అతను అమర్‌సింగ్‌ను తిట్టాడు, కానీ ఇది అమర్‌సింగ్‌పై ఎటువంటి ప్రభావం చూపలేదు. బదులుగా, అతను జైసింగ్ తప్పును నిరూపించే ప్రయత్నం ప్రారంభించాడు. రాజపుతానా సంప్రదాయం ప్రకారం, అతని తండ్రి జీవించి ఉన్నప్పుడు, ఒక కొడుకు తెల్లటి తలపాగా ధరించడు, కానీ అమర్‌సింగ్ తన మరియు అతని కొడుకు తలపై తెల్లటి తలపాగా కట్టి వెళ్ళాడు.

జైసింగ్ ముందు. ఆ సమయంలో జైసింగ్ జైసముద్రం వెళ్లాడు. కొడుకు ఈ ప్రవర్తనతో చాలా బాధపడ్డాడు. కాబట్టి, ఉదయపూర్ వదిలి వెళ్ళమని ఆదేశించాడు. ఉదయపూర్ ఉత్తరాన 16 మైళ్ల దూరంలో ఉన్న కరణ్‌పూర్ గ్రామానికి అమర్‌సింగ్ వెళ్లారు. మేవార్ లోని చాలా మంది సామంతులు అమర్‌సింగ్ వైపు ఉన్నారు. పరిస్థితి తనకు

వ్యతిరేకంగా ఉండడంతో జైసింగ్ ఉదయపూర్ వదిలి వెళ్లాల్సి వచ్చింది. ఉదయపూర్‌ను విడిచిపెట్టిన తర్వాత, అతను నాదౌల్ అడవుల్లోకి వెళ్లాడు. హడా రాజ్‌పుత్‌ల సహాయంతో మరియు అతని సిసోడియా రాజ్‌పుత్‌ల సహాయంతో, అతను ఉదయపూర్‌ను తన ఆధీనంలోకి తీసుకున్నాడు మరియు తనకు తాను మహారాణాగా పట్టాభిషేకం చేశాడు. అనంతరం జిల్వారా చేరుకున్నారు.

అమర్‌సింగ్ చేసిన ఈ చర్యకు మహారాణా జైసింగ్ ఆందోళన చెందడం సహజం. కుటుంబంలో ఏర్పడిన ఈ వైరుధ్యం నుండి మొఘలులు నేరుగా ప్రయోజనం పొందేవారు. దీని గురించి ఆలోచించిన జైసింగ్ సామంతులు కొంతమంది రాజపుత్రులను అమర్‌సింగ్ వద్దకు పంపారు. చాలా వివరించిన తరువాత, చివరికి అమర్‌సింగ్ అంగీకరించాడు. అతని ఖర్చుల కోసం సంవత్సరానికి 3 లక్షల రూపాయల జాగీరు ఇచ్చేవారు. దీనితో పాటు, మహారాణా జైసింగ్ ఉదయపూర్‌లో మరియు అమర్ సింగ్ రాజ్‌నగర్‌లో ఉండాలని అంగీకరించారు: అప్పటి నుండి, యువరాజు రాజ్‌నగర్‌లో మరియు మహారాణా ఉదయపూర్‌లో ఉండడం ప్రారంభించాడు. 1692లో అమర్‌సింగ్ తిరుగుబాటు ముగిసింది. మహారాణా జైసింగ్ 5 అక్టోబర్ 1698న మరణించారు.

రెండవవాడు మహారాణా అమర్‌సింగ్

జైసింగ్ 1672 అక్టోబరు 11న జన్మించాడు. అతని మరణ వార్త విన్న అమర్‌సింగ్ ఉదయపూర్ వైపు బయలుదేరాడు. ఉదయపూర్ చేరుకున్న తర్వాత, అక్టోబర్ 10న అమర్‌సింగ్ మేవార్ సింహాసనంపై కూర్చున్నాడు. తన వ్యతిరేకులకు బహుమతులు ఇచ్చి స్నేహితులను కూడా చేసుకున్నాడు. వీర్ వినోద్ యొక్క పండిత రచయిత కవిరాజ్ 1708లో జోధ్‌పూర్ మరియు జైపూర్ రాజులు ఉదయపూర్‌కు వచ్చారని రాశారు. రాజ్‌పుత్ రాజులందరూ మహారాణా అమర్‌సింగ్‌కు అనుకూలంగా మొఘల్ సామ్రాజ్యాన్ని నాశనం చేసి, అమర్‌సింగ్‌ను భారతదేశానికి చక్రవర్తిగా చేయాలనే ప్రతిపాదనను వారిద్దరూ మహారాణా అమర్‌సింగ్ ముందు ఉంచారు. ఇది కాకుండా, రాజపుత్ర యువరాణులను మొఘలులకు వివాహం చేయకూడదని కూడా వారు చర్చలు జరిపారు.

22 డిసెంబర్ 1710న, మహారాణా అమర్‌సింగ్, ది రెండవది మరణించింది

రెండవది మహారాణా సంగ్రామ్‌సింగ్

22 డిసెంబర్ 1710న మహారాణా సంగ్రామ్‌సింగ్ రాజుగా పట్టాభిషేకం చేశారు. 1711 మే 8న కిరీటోత్సవం జరిగింది.

మొఘల్ చక్రవర్తి పూర్ మండల్ మొదలైన వాటి నియంత్రణను రన్‌బాజ్ ఖాన్ మేవతికి ఇచ్చాడు, కాబట్టి మహారాణా సంగ్రామ్‌సింగ్ అతనిపై (రన్‌బాజ్ ఖాన్) దాడి చేసి విజయం సాధించాడు. మాధవసింగ్ ఉదయపూర్ రావడం మొదలైనవి సంగ్రామ్‌సింగ్ పాలనలో జరిగిన సంఘటనలు. పై సంఘటనలు తప్ప, మహారాణా సంగ్రామ్‌సింగ్ జీవితంలో మరే ప్రత్యేక విజయాలు లేవు. అతను 23 జనవరి 1734న మరణించాడు. అతను 1 ఏప్రిల్ 1690న జన్మించాడు. అతనికి 16 మంది రాణులు ఉన్నారు- ఇది చరిత్ర పుస్తకాలలో ప్రస్తావించబడింది-కానీ కేవలం ఆరుగురు రాణుల పేర్లు మాత్రమే వ్రాయబడ్డాయి, అవి-అత్తర్కున్వర్, సూరజ్‌కున్వర్, ఉమ్మెద్‌కున్వర్, రామ్‌కున్వర్, ఇంద్రకున్వర్, మహకున్వర్ మొదలైనవి. అతనికి నలుగురు కుమారులు - జగత్‌సింగ్, నాథ్‌సింగ్, బాగ్‌సింగ్, మరియు అర్జున్‌సింగ్. అతని తండ్రి మరణం తరువాత, జగత్సింగ్ మహారాణా అయ్యాడు.

రెండవది మహారాణా జగత్‌సింగ్

జగత్సింగ్ యొక్క పట్టాభిషేకం 2 ఫిబ్రవరి 1734న జరిగింది మరియు అదే సంవత్సరం జూన్ 15న పట్టాభిషేకం జరిగింది. రెండోవాడైన జగత్సింగ్ మరాఠాల ప్రభావంతో అప్పటికే ఆందోళన చెందాడు. కాబట్టి, రాజ్‌పుతానాలో మరాఠాల ప్రభావాన్ని తగ్గించడానికి, ఉదయపూర్ ఇతర రాజులతో మాట్లాడటం ప్రారంభించాడు. ఈ రాష్ట్రాలు కూడా మహారాణాతో ఏకీభవించాయి. కాబట్టి, వారు మరాఠాలతో సుదీర్ఘ ఉత్తర ప్రత్యుత్తరాలు కలిగి ఉన్నారు. ఉదయపూర్‌పై మహారాణా దాడి, మహారాణా మరియు కున్వర్ ప్రతాప్ సింగ్‌ల విభేదాలు, జైపూర్‌పై మహారాణా దాడి, జగ్నివాస్ నిర్మాణం, జైపూర్ సైన్యంతో మహారాణా సైన్యం యుద్ధం మొదలైనవి జగత్‌సింగ్ పాలనలోని ముఖ్యమైన సంఘటనలు.

1751 జూన్ 16న మహారాణా జగత్సింగ్ మరణించాడు. ఆ సమయంలో, అతని వయస్సు సుమారు 42 సంవత్సరాలు. అతను 29 సెప్టెంబర్ 1709న జన్మించాడు.

అతనికి ఇద్దరు కుమారులు - ప్రతాప్సింగ్ మరియు అరిసింగ్. ఆయన మరణానంతరం ప్రతాప్‌సింగ్ వారసుడు అయ్యాడు

రెండవ మహారాణా ప్రతాప్సింగ్

రెండవ మహారాణా ప్రతాప్సింగ్, 16న పట్టాభిషేకం చేశారు. జూన్ 1751. అతను 8 ఆగస్టు 1724న జన్మించాడు. అతని తల్లి నాహర్సింగ్ సోలంకి కుమార్తె. అతని తండ్రి జగత్‌సింగ్ అనారోగ్యంతో ఉన్నప్పుడు, నాగౌర్ రాజు, కింగ్ నాథ్‌సింగ్, దేవ్‌గఢ్‌కు చెందిన రావత్ జశ్వంత్‌సింగ్, డెలవ్వారానికి చెందిన రాజ్ రాఘువ్, సన్వార్ భరత్‌సింగ్ మరియు షాపురా రాజు ఉమ్మెద్‌సింగ్‌లు ప్రతాప్‌సింగ్‌ను మహారాణాగా చేయడం ఇష్టం లేనందున అతన్ని బందీగా ఉంచారు. కానీ మహారాణా జగత్‌సింగ్ వారిని అలా చేయనివ్వలేదు. మహారాణా అయిన తరువాత, ప్రతాప్సింగ్ ఈ ఐదుగురిని తన వద్దకు పిలిచాడు. ప్రతాప్ సింగ్ చాలా తెలివైనవాడని, ధైర్యవంతుడని చెబుతారు.

మహారాణా ప్రతాప్సింగ్, రెండవవాడు జనవరి 1754న మరణించాడు. అతనికి నలుగురు రాణులు ఉన్నారు. మొదటి రాణి మహారాణా జీవితకాలంలోనే మరణించింది. రెండవ, బనేకున్వర్, మరియు మూడవ, మాయకున్వర్, వారి భర్తతో సతీసమేతంగా కట్టుబడి ఉన్నారు. రాజ్‌సింగ్ నాల్గవ రాణి వక్తావర్ నుండి జన్మించాడు.

రెండవవాడు మహారాణా రాజ్‌సింగ్

ప్రతాప్‌సింగ్ తర్వాత, రెండవవాడు, రాజ్‌సింగ్, రెండవవాడు మేవార్ మహారాణా అయ్యాడు. అతను జనవరి 10, 1764న పట్టాభిషేకం చేయబడ్డాడు. అతను 1754 మే 17న జన్మించాడు మరియు సింహాసనంపై కూర్చున్నప్పుడు అతని వయస్సు కేవలం 10 సంవత్సరాలు. ఆ సమయంలో, ఉత్తర భారతదేశం మొత్తంలో మరాఠాల ప్రభావం చాలా ఉంది, మరియు అతను మహారాణాగా మైనర్ కావడంతో, రాష్ట్రంలో చాలా గందరగోళం వ్యాపించింది. రాష్ట్రంలో మరాఠాలు బలం పుంజుకున్నారు. ప్రతాప్సింగ్ పాలనలో, రాజు నాథ్సింగ్ ఉదయపూర్ వదిలి వెళ్ళవలసి వచ్చింది. ఆయన

మరణానంతరం ఉదయపూర్ కూడా వచ్చారు. ఈ సమయంలో, సింధియాలు మార్వార్ పై దాడి చేశారు. ఉదయపూర్‌తో రాజీ కుదుర్చుకోవడానికి రావత్ జైత్‌సింగ్‌ను సింధియాకు పంపారు. ఈ సమయంలో, ఒక ఖోకర్ రాజపుత్ సింధియాను మోసం చేసి చంపాడు. దీనిని ఉదయపూర్ పౌరులు చేశారని మరాఠాలు భావించారు. దాంతో జైత్ సింగ్‌పై మరాఠాలు దాడి చేశారు. జైత్‌సింగ్ మరియు అనేక ఇతర వీర యోధులు మరణించారు. ఉదయ్‌పూర్‌లో ప్రజలు తీవ్ర విషాదంలో మునిగిపోయారు ఇది. ఈ సమయంలో, షాహపురా పాలకుడు ఉదయపూర్‌కు లొంగిపోవడాన్ని అంగీకరించాడు, రెండవ మహారాణా రాజ్‌సింగ్ 3 ఏప్రిల్ 1761న మరణించాడు.

మహారాణా అరిసింగ్, మూడవవాడు

అతి పిన్న వయసులోనే రాజ్‌సింగ్ మృతి చెందడంతో రాష్ట్రంలో విషాద ఛాయలు అలముకున్నాయి. అతనికి వారసుడు లేడు. కాబట్టి, రెండవ చిన్న కుమారుడు మహారాణా జగత్‌సింగ్, మూడవవాడు అరిసింగ్‌ను మేవార్ సింహాసనంపై కూర్చోబెట్టారు. అతను 3 ఏప్రిల్ 1761న పట్టాభిషేకం చేయబడ్డాడు. మూడవవాడైన అరిసింగ్ ఒక తలరాతగల వ్యక్తి. ఒకసారి అతను ఎక్లింగ్ దేవుడిని ప్రార్థించడానికి వెళుతున్నప్పుడు, సామంతుల సైన్యం యొక్క యూనిట్ రావడం చూశాడు. దారి ఇవ్వమని ఆజ్ఞాపించాడు కానీ ఆ దారి చాలా ఇరుకుగా ఉండడంతో అది కుదరలేదు. అలా అరిసింగ్ ఆదేశాల మేరకు సామంతులను కర్రలతో కొట్టారు. పరిపాలనలో కూడా ఎన్నో మార్పులు తీసుకొచ్చాడు. దీంతో మరింత గందరగోళం నెలకొంది. జనవరి 1769లో, మరాఠాలు మేవార్‌పై దాడి చేశారు. మూడు రోజుల పాటు సాగిన భీకర యుద్ధం తర్వాత జనవరి 16న మరాఠాలు పారిపోయారు. ఇది మేవార్ సైన్యం యొక్క చివరి యుద్ధం అని చెబుతారు. తరువాత, మహారాణా మరియు మరాఠాల మధ్య సంబంధాలు మెరుగుపడ్డాయి. 9 మార్చి 1773 న, మూడవ అరిసింగ్ మరణించాడు. బూండి రాజు అజిత్‌సింగ్ ద్రోహం చేయడం వల్ల అతని మరణం సంభవించింది.

రెండవది మహారాణా హమీర్‌సింగ్

అరిసింగ్ తరువాత, మూడవవాడు, 11 మార్చి 1773న అతని పెద్ద కుమారుడు హమీర్సింగ్, రెండవవాడు, మేవార్ సింహాసనంపై కూర్చున్నాడు. హమీర్‌సింగ్ 1761 జూన్ 13న జన్మించాడు. అప్పటికి అతను చిన్నపిల్ల. కాబట్టి, మహారాజ్ బాగసింగ్ మరియు అర్జున్‌సింగ్ అనే ఇద్దరు నాయకులు రాష్ట్రాన్ని పూర్తి విధేయతతో చూడటం ప్రారంభించారు. హమీర్‌సింగ్ సింహాసనంపై కూర్చున్న సమయంలో మేవార్ రాజ ఖజానా ఖాళీగా ఉంది. మేవార్ మరాఠా సైన్యం తమ జీతం అడిగారు. వారు అనేక సాకులతో శాంతింపజేశారు, కాని మాధవరావు సింధియా అల్లుడు వైర్జీ తక్పీర్ చిత్తోర్ లోయలో నగరాన్ని దోచుకోవడం ప్రారంభించాడు. ఈ అవమానంలో, ధైర్యవంతుడు మేవార్ మనుషులు అతని సైన్యంపై దాడి చేశారు. దీంతో మరాఠాలు పారిపోయారు. డిసెంబరు 1777లో, ఒకసారి మహారాణా హమీర్‌సింగ్ వేటకు వెళ్లినప్పుడు అతని చేతిలో రైఫిల్ పేలింది. విషం వ్యాప్తి చెందడం వల్ల, అతను 6 జనవరి 1778 న మరణించాడు.

రెండవవాడు మహారాణా భీంసింగ్

ఇంత చిన్న వయస్సులో హమీర్‌సింగ్ మరణించిన తరువాత, మేవార్‌లో విషాదపు అలలు వ్యాపించాయి. 7 జనవరి 1778న, హమీర్‌సింగ్ తమ్ముడు, 10 ఏళ్ల భీంసింగ్ ను మేవార్ సింహాసనంపై కూర్చోబెట్టారు. అతను 10 మార్చి 1768న జన్మించాడు. భీంసింగ్ మహారాణా అయిన తర్వాత, మరాఠాలు మేవార్‌లో మరింత విధ్వంసం సృష్టించారు. రాష్ట్రంలోని చాలా జిల్లాలు వారి చేతుల్లోంచి వెళ్లిపోయాయి. సామంతులు మరియు జాగీర్దార్లు తమ ఇష్టానుసారం చేయడం ప్రారంభించారు మరియు చాలా చోట్ల తిరుగుబాట్లు జరిగాయి.

జనవరి 1788లో, మేవార్‌పై దాడి చేసేందుకు మరాఠాల సైన్యం మందసార్ నుండి బయలుదేరింది. అనేక మంది రాజపుత్ర యోధులు మరాఠాలను ఎదుర్కోవడానికి

ఒకచోట చేరారు, ఇందులో చాలా మంది మరణించారు, చాలా మంది గాయపడ్డారు మరియు చాలా మంది బందీలుగా ఉన్నారు. మొత్తానికి భీంసింగ్ పాలన శాంతియుతంగా లేదు. అతని జీవితకాలంలో, అతని పెద్ద కుమారుడు అమర్‌సింగ్ మరణించాడు. 1828 మార్చి 30న భీంసింగ్ కూడా మరణించాడు.

మహారాణా జవాన్‌సింగ్

మహారాణా భీంసింగ్ మరణం తరువాత, 31 మార్చి 1828న అతని కుమారుడు జవాన్ సింగ్ మేవార్ మహారాణాగా పట్టాభిషేకం చేయబడ్డాడు. అతను చాలా ఉదారమైన రాజు మరియు తన పౌరులను చాలా ప్రేమిస్తాడు. అతని ఉద్యోగులు అతనికి ఆదాయ, ఖర్చుల గురించి సరైన లెక్కలు చెప్పలేదు. మహారాణా వారు చెప్పేది నమ్మేవారు. నాథద్వారా ప్రజలను స్వతంత్రంగా చేయడానికి, రాజ్‌పుతానా ఏజెంట్ గవర్నర్ జనరల్ తో ఉత్తర ప్రత్యుత్తరాలు, అజ్మీర్‌లో గవర్నర్ జనరల్‌తో సమావేశం, షాపురా నుండి బ్రిటిష్ వారిని తొలగించడం, కోటా మరియు జైపూర్‌లలో రాజులతో సమావేశాలు, బొంబాయి ప్రావిన్స్ గవర్నర్ రాక ఉదయపూర్ మొదలైన వాటిలో ప్రధాన కార్యక్రమాలు జరిగాయి మహారాణా జవాన్‌సింగ్ పాలన. 1838 ఆగస్టు 24న రాత్రి జవాన్‌సింగ్ తన రాజభవనంలో విశ్రాంతి తీసుకుంటుండగా తలలో భరించలేని నొప్పి మొదలైంది. చాలా చికిత్స చేసినప్పటికీ, అతను ఆగస్టు 30 న మరణించాడు.

మహారాణా సర్దార్ సింగ్

మహారాణా జవాన్‌సింగ్‌కు కొడుకు లేడు. కాబట్టి, పరస్పర చర్చల తర్వాత, మేవార్ సామంతులు 7 సెప్టెంబర్ 1838న సర్దార్‌సింగ్‌ను మేవార్ మహారాణాగా చేశారు. అతను 29 ఆగస్టు 1798న జన్మించాడు. సర్దార్‌సింగ్‌కు పట్టాభిషేకం జరిగిన వెంటనే, మేవార్ లో అంతర్గత విభేదాలకు పునాదులు పడ్డాయి. కొంతమంది సర్దార్‌సింగ్ మహారాణా కావడం ఇష్టంలేక నిరసనలు ప్రారంభించారు.

మేవార్‌లో గోర్వార్‌ను సమీకరించే ప్రయత్నం, మహత్త షేర్సింగ్‌ను బందీగా చేయడం, రాంసింగ్‌ను ప్రధాన్‌గా చేయడం, కున్వర్ స్వరూప్‌సింగ్‌ను దత్తత తీసుకోవడం మొదలైనవి మహారాణా సర్దార్‌సింగ్ జీవితకాలంలో జరిగిన ప్రధాన సంఘటనలు.

స్వరూపసింగ్‌ను దత్తత తీసుకున్న తర్వాత సర్దార్‌సింగ్‌కు అనారోగ్యం (శరీరంలో చికాకు) పెరగడం మొదలైంది. బృందావన యాత్రకు వెళ్లాడు. తిరిగి వచ్చిన తరువాత, అతను జూలై 13, 1842 న మరణించాడు.

మహారాణా స్వరూప్‌సింగ్

స్వరూపసింగ్ 1815 జనవరి 8న జన్మించారు. మహారాణా సర్దార్‌సింగ్ మరణం, 1842 జూలై 15న ఆయనకు పట్టాభిషేకం జరిగింది. సింహాసనంపై కూర్చున్న తరువాత, అతను గొప్ప సామర్థ్యంతో పని చేయాల్సి వచ్చింది ఎందుకంటే కొంతమంది స్వార్థపరులు మరియు సైకోఫాంటిక్ వ్యక్తులు అతనిని తమ వైపుకు తీసుకురావాలనుకున్నారు.

కోట రాంసింగ్ ఉదయపూర్‌కు రావడం, సాలుంభర్‌కు చెందిన కున్వర్ కేసరిసింగ్‌తో మహారాణా ఆగ్రహం, మహత్త షేర్సింగ్‌ను ప్రధాన్‌తో కలవడం, ఎక్లింగ్‌లో మహారాణా పైన్ వదులుకోవడం, దేవాలయాలు, జిల్లాల నిర్వహణ కోసం మేవార్‌లో మహారాణా పర్యటన, హెన్రీ లారెన్స్. ఉదయపూర్ చేరుకోవడం, దేవ్లీలో సైనిక శిబిరాలు మరియు జిల్లా పోస్టులను ఏర్పాటు చేయడం, తిరుగుబాటు చేసిన భీల్స్‌ను శిక్షించడం మొదలైనవి అతని పాలనలోని కొన్ని ప్రధాన సంఘటనలు. లో చివరగా, క్యాన్సర్ నొప్పితో బాధపడిన తర్వాత, 16 నవంబర్ 1861న, మహారాణా స్వరూప్‌సింగ్ మరణించారు.

మహారాణా శంభుసింగ్

స్వరూపసింగ్ మరణానంతరం 1861 నవంబర్ 17న శంభుసింగ్ మేవార్ సింహాసనంపై కూర్చున్నాడు. ఈ సందర్భంగా, రాజ్‌పుతానా ఏజెంట్ గవర్నర్ జనరల్ జార్జ్ లారెన్స్ ఉదయపూర్ వచ్చారు. అతను శంభుసింగ్‌కు విక్టోరియా రాణి తరపున 'ఖిలాత్' బహూకరించాడు.

శంభుని పాలనలో రాజ్య పరిపాలన కోసం ఐదుగురు అధిపతుల కమిటీని ఏర్పాటు చేశారు. మునుపటి ఏజెంట్ గవర్నర్ జనరల్ స్థానంలో, అతని స్థానంలో ఈడెన్‌ని నియమించడం, మహారాణా సాలుంబర్‌కు రావడం, 1862లో కరువు, మహారాణా

అజ్మీర్‌కు రావడం, లార్డ్ మాయోతో కలవడం, కోటకు చెందిన రావు శత్రుశల్ ఉదయపూర్‌కు రావడం, మహారాణా G.C.S.I పతకాన్ని పొందడం, కల్నల్ హచిన్సన్ ఉదయపూర్ రావడం మొదలైనవి శంభుసింగ్ పాలనలోని ప్రధాన సంఘటనలు.

1874లో, వేసవికాలంలో మహారాణా శంభుసింగ్ తన కుటుంబంతో కలిసి గోవర్ధన్ విలాస్‌లో ఉండేవాడు. అక్కడ జూలై 16న అతనికి కడుపునొప్పి మొదలైంది. స్త్రీలందరినీ ఉదయపూర్ పంపారు మరియు మహారాణా గోవర్ధన్ విలాస్‌లో బస చేశారు. అతని అనారోగ్యానికి చికిత్స ప్రారంభించారు. అతని జబ్బుకు వైద్యులు చికిత్స చేయలేకపోయారు. సాధ్యమైన ప్రతి చికిత్స తర్వాత, వైద్యులు ఎటువంటి విజయం సాధించలేదు. 7 అక్టోబరు 1874 న, అతను మరణించాడు.

మహారాణా సజ్జన్‌సింగ్

మహారాణా శంభుసింగ్‌కు పిల్లలు లేరు. కాబట్టి, శక్తిసింగ్ కుమారుడు సజ్జన్‌సింగ్‌ను మేవార్ మహారాణాగా చేయాలని బెడ్లాకు చెందిన రావు భక్తసింగ్ ప్రతిపాదన చేశాడు. అందరూ అతని ప్రతిపాదనను అంగీకరించారు. దీనికి రాణులు కూడా ఆమోదం తెలిపారు. అందువల్ల, 8 అక్టోబర్ 1874న, సజ్జన్‌సింగ్ మేవార్ రాజుగా పట్టాభిషేకం చేశాడు. అతను 8 జూలై 1859న జన్మించాడు. జానీ బిహారిలాల్ సంరక్షకునిగా నియమించబడ్డాడు మహారాణా, చార్లెస్ హెర్బర్ట్ ఉదయపూర్‌కు రావడం, మహారాణా వేల్స్ యువరాజును కలవడానికి బొంబాయికి వెళ్లడం, గవర్నర్ జనరల్ నార్త్‌బ్రూక్ ఉదయపూర్ రావడం, నాథ్‌ద్వారాపై దాడి చేయడం, నాథ్‌ద్వారా కొత్త పరిపాలన, గోస్వామి గిరిధర్ గోపాల్‌ను అతని పదవి నుండి తొలగించి బృందావనం, మహారాణా సమావేశం లార్డ్ లిట్టన్‌తో, పర్వత ప్రాంతాల యొక్క కొత్త పరిపాలన, మహారాణా యొక్క కుంభాల్‌ఘుర్ పర్యటన మొదలైనవి, పోలీసు బలగాల ఏర్పాటు, మేవార్ పర్యటన, జైపూర్, జోధ్‌పూర్ మొదలైన ప్రాంతాలకు వెళ్లడం, రైతుల తిరుగుబాటు, భీల్స్ తిరుగుబాటు, లార్డ్ రిప్పన్ రావడం చిత్తోర్, మరియు G.C.S.I. మహారాణాకు పతకం మొదలైనవి మహారాణా పాలనలోని ప్రధాన సంఘటనలు.

10 డిసెంబర్ 1884న, సజ్జన్‌సింగ్ రాత్రి స్పృహతప్పి పడిపోయాడు మరియు ఈ ఎపిసోడ్ తర్వాత, అతను 23 డిసెంబర్ 1884న మరణించాడు

అనుబంధం - I

కార్యక్రమాల వరుస

1. గుహాదిత్య 6వ శతాబ్దం 734-53 ద్వారా మేవార్ రాజవంశాన్ని

2. వప్పా రావల్ పాలన   స్థాపించడం

  3. ఖుమర్, రెండవ నియమం   812-36

  4. హమీర్ పాలన   1326-64

  5. లఖా కిరీటం   1382

6. మోకుల్ కిరీటం   1428

7. మహారాణా కుంభ కిరీటం   1433

  8. మేవార్‌పై రైమల్ పాలనను స్థాపించడం   1473

9. రాణా సంఘు కిరీటం   1508

10. రతన్ సింగ్ కిరీటం   1528

II. విక్రమజిత్ కిరీటం   1531

12. వాన్వీర్ కిరీటం   1536

13. ఉదయసింగ్ కిరీటం   1540

14. వీర్ వినోద్ ప్రకారం

మహారాణా ప్రతాప్ జననం   31 మే 1539

నాన్సీ ప్రకారం   4 మే 1540

కల్నల్ టాడ్ ప్రకారం   9 మే 1549

15. ప్రతాప్ కిరీటం   28 ఫిబ్రవరి 1572

16. జలాల్ ఖాన్ కోర్చి సెప్టెంబర్ 1572 ద్వారా సంధి ప్రతిపాదన

  17. మాన్సింగ్ ద్వారా సంధి ప్రతిపాదన   1573

18. భగవందాస్ ద్వారా సంధి ప్రతిపాదన సెప్టెంబర్-అక్టోబర్ 1573

19. తోడర్మల్ ద్వారా సంధి ప్రతిపాదన డిసెంబర్ 1573

20. అక్బర్ అజ్మీర్ చేరుకోవడం మార్చి 1576

21. మేవార్‌కు బయలుదేరిన మాన్‌సింగ్ 3 ఏప్రిల్ 1576

22. హల్దీఘాటీ యుద్ధం 21 జూన్ 1576

23. గోగుండాపై మొఘల్ నియంత్రణ 23 జూన్ 1576

24. మహారాణా గోగుండను వెనక్కి తీసుకెళ్తున్నాడు జూలై 1576

25. అక్బర్ మేవార్ చేరుకుంటున్నాడు 13 అక్టోబర్ 1576

26. ఉదయపూర్-గోగుండ మే-జూన్ 1577లో ప్రతాప్ తిరిగి స్వాధీనం చేసుకోవడం

27. మేవార్ ప్రచారంలో షాబాజ్ ఖాన్ అక్టోబర్ 1577

28. కుంభాల్‌ఘర్‌పై మొఘల్ నియంత్రణ 13 ఏప్రిల్ 1578

29. మొఘల్ ఉదయపూర్‌ను తిరిగి స్వాధీనం చేసుకోవడం 14 ఏప్రిల్ 1578

30. షాబాజ్ ఖాన్ మేవార్ ప్రచారం 15 డిసెంబర్ 1578

31. మొఘలులపై చంద్రసేన్ తిరుగుబాటు డిసెంబర్ 1578

32. షాబాజ్ ఖాన్ యొక్క9 నవంబర్ 1579

33. మూడవ మేవార్ ప్రచారం జూన్ 1580

34. మేవార్ ప్రచారంపై జగన్నాథ్ కచ్వాహ 6 డిసెంబర్ 1584

35. మేవార్స్ స్వాతంత్ర్యం 1585

36. మహారాణా ప్రతాప్ మరణం 19 జనవరి 1597

అనుబంధం - II

శ్రీమద్ భగవత్‌లోని మేవార్ రాజవంశం

భారతదేశంలోని అనేక రాజ వంశాల మాదిరిగానే, మేవార్ రాజ వంశానికి కూడా పురాతన ఇక్ష్వాకు రాజవంశంతో సంబంధం ఉన్నట్లు భావిస్తున్నారు. వివిధ పురాణాలలో, దాని వంశావళిలో చాలా తేడాలు ఉన్నాయి. ఈ వంశావళి పూర్తిగా నమ్మదగినదిగా పరిగణించబడదు. ఆధునిక పండితులు ఆ సమయంలో, ఈ రాజ వంశాలు, పురాతన సూర్యవంశం మరియు చంద్రవంశంతో తమ సంబంధాన్ని నిరూపించుకోవడానికి, పురాణాల యొక్క ఈ వంశావళిని తారుమారు చేసి, వారు కోరుకున్నట్లు వాటిని రూపొందించారు. వారి విశ్వసనీయత లేదా అవిశ్వసనీయతను నిరూపించడం మా లక్ష్యం కాదు. పాఠకుల సమాచారం కోసం, మేము శ్రీమద్భగవత్ ఆధారంగా సిసోడియా రాజవంశం యొక్క పురాతన వంశావళిని ఇస్తున్నాము, ఇది క్రింది విధంగా ఉంది –

1. ఆది నారాయణ్
2. బ్రహ్మ
3. మార్చి
4. కశ్యప్
5. వివ్స్వాన్ (సూర్య)
6. వైవ్స్వత్
7. మూర్ఛలు మను
8. వికుషి
9. పురంజయ (కాకుస్థ)
10. అనెనా (వెన్)
11. పృథు
12. విశ్వరంధ్రి
13. చంద్ర
14. యువనాశవ్ (మొదటి)
15. శాశ్వత్
16. వుహదశవ్
17. కువల్యాషవ్
18. ధృదాశవ్

19. హర్యశవ్ (మొదటి)
20. నాకు గుర్తుంది
21. బర్హషవ్
22. కృషాషవ్
23. సెంజిత్
24. యువనాశవ్ (రెండవ)
25. మాంధాత
26. పురుకుట్లు
27. త్రసద్దస్యు
28. అతని పేరు
29. హర్యాశవ్ (రెండవ)
30. వ్యాధి
31. త్రిబంధన్
32. సత్యవ్రత్
33. హరిశ్చంద్ర
34. రోహిత్
35. హరిత్
36. ఛాంప్
37 , సుదేవ్
38. విజయ్
39.భరుక్
40. వృక్
41. బహుక్
42. సాగర్
43 . అసమంజలు
44. అంశుమాన్
45. దిలీప్
46. భగీరథ
47. శృత్
48. నవ్
49. సింధుదీప్
50. అయుతాయు
51. ఋతుపర్ణ్
52. సర్వకం
53. సుదాస్
54. మిత్రసింగ్
55. అష్మాక్ (నారికవాచ్)
56. ములక్
57. దశరథ్ (మొదటి)
58. ఎడ్విడ్
59. విశ్వసింగ్
60. ఖట్వాంగ్
61. దీర్ఘబాహు (దిలీప్)
62. రఘు

63. అయ్యో
64. దశరథ్ (రెండవ)
65. రామచంద్ర
66. కుశ
67. అతిథి
68. నిషాద
69 . పురుషుడు
70. పుండ్రిక్
71. క్షేసాంధవ
72. దేవనిక్
73. జలరహిత
74. పరియాత్ర
75 . బాల్
76. స్టాల్
77. వజ్రానం
78. ఖగర్
79. విధృతి
80. హిర్యానాభ్ ,
81. పుష్య
82. ధ్రువ సంధి
83. సుదర్శన్
84. అగ్నివర్ణుడు
85. శీఘ్రా
86. మారు
87. ప్రసుశ్రుత్
88. సంధి
89. అమర్షన్
90. సహస్వాన్
91. విశ్వసః
92. ప్రసేన్‌జిత్ (మొదటి)
93. తక్షక్
94. వృహద్వాల్
95. వృహద్రన్
96. ఉరుకియ
97. వత్స్వాధ్
98. ప్రతివ్యోమ్
99. భాను
100. దివాంక్
101. సహదేవ్
102 , వృహదశవ్
103. భానుమాన్
104. ప్రతీకాశవ్
105 . సుప్రతిక్
106. మరుదేవ్
107. సుత్‌క్షత్ర్
108. పుష్కర్

109. ఆంత్రిక్ష్ అమిత్రాజిత్

110. సుతప

III. అమిత్రాజిత్

112. బృహద్రాజ్

113. వర్హి

114. కృతంజయ

115 . రణంజయ సంజయ

116. సంజయ

117. శక్య

118. శుద్ధోద్

119. లాంగల్

120. ప్రసేన్‌జిత్ (రెండవ)

121. శూద్రక్

122 . రణక్

123. సూరత్

124. సుమిత్ర

అనుబంధం - III

జోటాస్‌లోని ఉదయపూర్ రాయల్

రాజవంశం యొక్క వంశావళి

1. విర్యాణం
2. మహారాష్ట్ర
3. అతిరధి
4. అచల్సెన్
5. ది కానాక్స్
6. మహాసేన్
7. దిగ్విజయ్‌సేన్
8. ఆజాసేన్
9. వాలు
10. మహమదాస్సేన్
11. సిధ్రత్
12. విజయభూప్
13. పాధాదిత్య
14. శివాదిత్య
15. హరాదిత్య
16. సుయశాదిత్య
17. సోమాదిత్య
18. శిలాదిత్
19. కేశవాదిత్య
20. నాగాదిత్య
21. భోగాదిత్య
22. దేవాదిత్య